மீசை வரைந்த புகைப்படம்

என். ஸ்ரீராம்

நற்றிணை பதிப்பகம்

மீசை வரைந்த புகைப்படம் * சிறுகதை * என். ஸ்ரீராம் * © என். ஸ்ரீராம் * முதல் பதிப்பு: நவம்பர் 2019 * வெளியீடு: நற்றிணை பதிப்பகம் (பி) லிமிடெட் * எண். 136, தரைத்தளம், சோழன் தெரு, ஆழ்வார்திருநகர், சென்னை– 600 087.

* கைப்பேசி   : 094861 77208
* மின்னஞ்சல்   : natrinaipathippagam@gmail.com
* தொலைபேசி   : 044 - 4273 2141
* அச்சாக்கம்   : தி பிரிண்ட் பார்க், சென்னை–600 117.

காலநதிப் பிரவாகம்

கொறங்காட்டு மேய்ச்சல் வெளியில் பனி நீர் படர்ந்த கிலுவை வேலியில் கன்னிவிழிப் பூக்களும் நீலச் சங்குப்பூக்களும் பூத்த கார்த்திகை மாதத்தில் சல்லக்கத்தியில் வெள்ளாட்டுக்குத் தழை பிடுங்கிக் கொண்டுவந்த நெட்டையாண்டியை நானும் அப்புச்சியும் முதன்முறையாகப் பார்த்த ஞாபகம் இன்னும் மனத்துக்குள் அப்படியே இருக்கிறது. அப்புச்சியின் தோழரான நெட்டையாண்டி ஆறடி உயரம் ஆஜானுபாகுவான ஆள். அவரைப் பற்றி அப்புச்சி சொல்லும் வாக்கியம், ‘அவன் ஒரு பேடி... சினிமா படத்துல வர்ற குதுரயை நிசம்னு நம்பி எழுந்து ஓடிவந்தவன்.’ இந்த நெட்டையாண்டிதான் என் ‘தேர்ப்பலி’.

எங்கள் சுற்றுவெளியில் குழந்தைகள் நலங்கிக்கொண்டால் தேடிப்போவது இச்சிப்பட்டி பெருமாள் போயரின் வீட்டுக்குத்தான். மாட்டுவண்டியில் எங்களையும் அப்பா அழைத்துப்போவார். அந்தி ஒளிமங்கும் நேரம், வீட்டு வாசலில் வெள்ளாட்டுக் குட்டிகளின் குதியாலத்தோடு கிணற்றுவெட்டுக்குப் போய்வந்த சலிப்போடு கூரைவீட்டு எரவாணத் திண்ணையில் உட்கார்ந்திருக்கும் பெருமாள் போயரின் சித்திரம் மனதில் நிழலாடுகிறது இப்போதும். முறத்தில் திருநீறு பரப்பி எங்கள் பிணி போக்கும் அவர் ஓர் அசாத்திய ஆளுமை. இருள் சூழ மாட்டுவண்டியில் ஊர் திரும்பும்போது, ‘பாம்பையே பாடம்போட்டு கட்டிப்போடக்கூடிய சாதுர்யம் கொண்டவர் பெருமாள் போயர்’ என அப்பா அவரைப் பற்றி கூறுகையில் நான் அந்த இளம்பிராயத்தில் பிரம்மிப்பாக உணர்வேன். கிணற்றுவெட்டையே பிழைப்பாகக் கொண்டிருந்த பெருமாள் போயர், நீச்சல் தெரியாமல் அவர் வெட்டிய கிணற்று நீராலேயே மரணம் நிகழ்ந்தது வாழ்வின் முரண். இன்றும் ஊரின் தென்புறத்தில் உள்ள அவர் வீட்டின் மதில்கல்கட்டு சரிந்து, கூரைச்சுவர் கற்கள் சிதறி, காலத்தின் சாட்சியாகத் தென்படுகின்றன. இந்தப் பெருமாள் போயர்தான் என் ‘கருடவித்தை’.

நான் பிறந்த நாளில் கொள்ளப்பட்டி அப்புச்சி வீட்டில் இருந்து பரிசாக பெரியப்பா எடுத்துவந்த நாய்க்குட்டி, பதிமூன்று ஆண்டுகள்

எங்களோடு வாழ்ந்தது. கோடைகாலத்தின் ஒரு மதியவேளையில் என் தங்கையையும் ஆட்டுக்காரப் பையனையும் ஒரு மசைநாயிடம் போராடிக் காப்பாற்றியதோடு மசைபிடித்து மௌனமாக இறந்தும் போனது. முப்பது வருடங்கள் கழித்து நான் சென்னை வடபழநி சிவன்கோயிலில் அதே சாயலில் ஒரு நாயைக் கண்டேன். அங்கிருந்த ஆட்டோக்காரர்கள் அந்த நாயை 'சித்தப்புத்தி கொண்ட நாய்' எனக் கூறியதோடு அதன் கதையைச் சொல்ல, படு சுவாரஸ்யமாக இருந்தது. இந்த இரு நாய்களும்தான் 'வடுகநாதம்'.

1993ஆம் ஆண்டு ஐப்பசி கடைசி... அடுத்தடுத்து வங்கக்கடலில் எழுந்த மூன்று புயல்களின் கொடையால் அமராவதியில் கனவெள்ளம். மதுக்கம்பாளையம் ஆற்றுத்துறை பரிசல்காரரின் சாகசப்பயணமே 'நதிப்பிரவாகம்'. அறுவடைக் காலத்தில் களத்துமேட்டில் மக்கிரியைச் சுமந்தபடி நின்று பரிசல்கூலி கேட்கும் அவரின் உருவமும் என் மனக்கண் முன்பாக அடிக்கடி விரியும் ஒரு காட்சி.

வில்லியம் ஃபாக்னரின் கரடி பற்றி ஒரு கதையை வாசித்து முடித்த இரவே எழுத நினைத்த கதைதான் 'வனக்கரடி'. பின்னோக்கி நடந்துசென்று வேட்டைக்காரரை ஏமாற்றிய டால்ஸ்டாயின் ஒரு சந்தேகக் கரடி பற்றிய கதையை சரோலாமா கூறவும் 'வனக்கரடி' வடிவம் பெற்றது.

கோயில்களில் தலவிருட்சத்தின் அடியில் குவியலாக நிற்கும் நாகச் சிற்பங்களின் மீது எனக்கு இருந்த பிரேமையே 'பிடார வடிவம்' கதை. உ.வே.சாவின் 'தென்னிந்திய பாடல்பெற்ற திருத்தலங்கள் வரலாறு' வாசித்துக்கொண்டிருந்தபோது, திருப்பாச்சூர் சிவன் கோயில் தலவரலாற்றில் 'பிடார வடிவம்' என்கிற வார்த்தையைக் கையாண்டுள்ளார். அந்த வார்த்தையில் இருந்துதான் பிடார வடிவம் கதை தோன்றியது.

இந்தத் தொகுப்பிலுள்ள ஒவ்வொரு கதைக்கும் இப்படியான சுவராஸ்யப் பின்கதை உண்டு. கொங்குவெளியில் நிஜத்தில் வாழ்ந்த மனிதர்களையே கொஞ்சம் சாகசம் சேர்த்து புனைவாக்கியுள்ளேன். இதில் உள்ள பெரும்பாலான கதைகள் பிரசுர நெருக்கடிகளுக்கு மத்தியில் எழுதப்பட்டவை. குறிப்பிட்ட காலக்கெடுவுக்குள் எழுதி முடிப்பதற்கான போராட்டங்கள், தவம்போல எழுதிய நாளின் இரவுகள், அச்சில் கண்டபின்பாக ஏற்பட்ட மகிழ்ச்சி ஆகியவை இப்போதும் நினைவிலாடுகின்றன.

காலம்காலமாக கொங்குவெளி நிலம் பரந்து விரிந்து ஏகாந்தமாகக் கிடக்கிறது. புராதனங்களும் தொன்மங்களும் கலைகளும் கூத்துகளும் சடங்குகளும் திருவிழாக்களும் பெருமூச்சு விட்டபடி கதைகளைக் கூறியபடியே உள்ளன. மூதாதையர்கள் உயிர்பெற்றுவந்து திண்ணை

களில் வீதிகளில் கோயில் மடங்களில் கால்நீட்டி சாவகாசமாக உட்கார்ந்து கதைகளைச் சொல்லியபடியே இருக்கின்றனர். காலநதிப் பிரவாகத்தில் சிறு கெண்டை மீன்போல எதிர்த்திசை நோக்கி நீந்தியபடியே யாவற்றையும் நிதானமாகக் கேட்டுக்கொண்டே, முகத்துவாரம் அடையமுடியாத வாழ்வில் இன்னும் எழுதக்கூடும் என்ற நம்பிக்கையோடு பயணப்பட்டுக் கொண்டிருக்கிறேன்.

என் மனைவி ராதா, மகன் அபிஷேக்... இவர்கள் இருவரும் இல்லாமல் என் எழுத்து சாத்தியமில்லை. எனக்காக இவர்கள் விட்டுக்கொடுத்த அவகாசங்கள்தான் என் எழுத்து. இந்தப் புத்தகம்தான் இவர்களுக்கு நான் திருப்பிச் செலுத்தும் நன்றிக்கடன்.

குறைந்த காலகட்டத்தில் நிறைவாக இந்தப் புத்தகத்தை உருவாக்கிய நற்றிணை யுகன் நன்றிக்குரியவர்.

மிகுந்த ப்ரியமுடன்
என்.ஸ்ரீராம்

அப்பா நாட்டராயசாமி நினைவுக்கு

பொருளடக்கம்

1. காலவியூகம் — 9
2. தேர்ப்பலி — 25
3. நதிப் பிரவாகம் — 36
4. நீலவானம் — 49
5. பிடார வடிவம் — 67
6. மண் உருவாரங்கள் — 80
7. மீசை வரைந்த புகைப்படம் — 89
8. வனக்கரடி — 105
9. கருட வித்தை — 114
10. வடுகநாதம் — 127

காலவியூகம்

1

பங்குனி உத்திரத்தேர் வலம் வரும் வீதிகள் எல்லாம் வெறிச் சோடியே கிடந்தன. செங்கொன்றை மரத்தின் பூக்கள் இறைந்த காவல் நிலையத்தின் முகப்பில் மட்டும் மின்சார விளக்கு எரிந்து கொண டிருந்தது. எதிர்சாரிக் கடைகள் எல்லாம் பலகை சாத்தி மூடியிருந்தன. மலையடிவாரப் பாதையில் பசு ஒன்று அசை போட்டுக் கொண்டு நின்றது. தெப்பக்குளத்துப் படிக்கட்டில் பரதேசிகள் சிலர் படுத்துறங்கிக் கொண்டிருந்தனர். பாசிநீர்ப் பரப்போரம் கத்திய தவளையின் நாராச ஓசை இடைவிடாமல் எதிர்க்கரையில் மோதி எதிரொலித்துக் கேட்டபடியே இருந்தது. மலைக்கோவிலைப் பார்த்தபடியே இருக்கும் மயில்வாகனத்தின் கீழ் சேதுசிற்பி ஒரு பரதேசி போலவே உட்கார்ந்து கொண்டார். காவித்துண்டால் தலைக்கு முக்காடிட்டு தன்னை யாரென்று அடையாளம் தெரியாதளவுக்கு மறைத்துக் கொண்டார். கண்கள் மட்டும் கோவில் பாதையைக் கூர்ந்து நோக்கியபடியே இருந்தன.

எங்கும் பீதியூட்டும் இருள்வெளி. நேரம் கடந்தது. வரும் ஆவணி வளர்பிறை சஷ்டியில் இந்த மலைக்கோவிலுக்கு நான்காவது கும்பாபிஷேகம் நடக்கவிருக்கிறது. முப்பத்தாறு வருஷங்களுக்கு முன்பு இந்த மலைக்கோவிலை ஆகம விதிப்படி இத்தனை பிரமாண்டமாக நிர்மாணித்த மகாசிற்பி தான்தான் என நினைத்த போது ஒருகணம் தன்னையறியாமல் ஏளனச்சிரிப்பு சிரித்துக் கொண்டார். ஊரும் உலகமும் அப்படித்தான் இன்றளவும் நம்பிக் கொண்டிருக்கிறது. உண்மையைப் போட்டுடைக்கத் தனக்கு ஏன் இத்தனை ஆண்டுகள் திராணியில்லாமல் போனது என யோசிக்க யோசிக்க பெரும் அவமானமாக உணர்ந்தார். இறையுருவம் செதுக்கும் தான் யுகங்களாய் அழியாநிலைப் புகழுடையவன் என்கிற போலிப் பெருமிதத்திலேயே மனம் தொடர்ந்து ஆட்பட்டுவிட்டதாகக் கூடத் தோன்றியது. பிராயங்கள் கூடக் கூட உறுத்தல்கள் அதிகமாகி மனதை அரிக்கத்

துவங்கின. சமீபமாகத்தான் பிராயச்சித்தம் நோக்கி நகர்ந்து வர வேண்டிய கால நிமித்தம் கூடிற்று. இந்தக் காத்திருத்தல்கூட இதன் முதல் முயற்சிதான்.

ஊருக்குள் முதல் சேவல் கூவிற்று. பேசாச்சாமி கோவிலைப் பார்த்து நடந்துவந்தார். கம்பீர நடை. நெஞ்சுவரை நீண்ட கருந்தாடி. சடைமுடிக் கற்றை. சேதுசிற்பிக்கு மூச்சு உறைந்து மீண்டது. வெளிக்காட்டிக் கொள்ளவில்லை. சாமி இவரைப் பொருட்படுத் தாமல் மயில்வாகனத்தைத் தாண்டி நடந்தார். படிக்கட்டில் ஏறும்வரை காத்திருந்த இவர், எழுந்து பின்தொடர்ந்தார். பனி ஈரம் படிந்த கல்படிகள் முடிவுற்றன. வலதுபுறம் முருகர் சன்னதிக்கு செல்லும் காரைத்தளம் பிரிந்தது. இடதுபுறம் வனத்துக்குள் செல்லும் சிறு கால்தடம் போயிற்று. இருள் இன்னும் அடர்ந்தது. எங்கும் வனத்தின் வைகறை நிசப்தம். அரப்பு மரங்களுக்கிடையே புகுந்து வந்த வாடைக்காற்று குளிருடன் வீசிற்று. எட்டத்தில் ஆள் அரவம் கண்டு கண்விழித்த குக்குறுவான்கள் குரலிட்டன. அந்த இடத்தில் பேசாச்சாமி போய்க் கொண்டிருக்கக் கூடும். இவருக்கு இருள் வனத்தின் ஏகாந் தத்தை அனுபவிக்கும் மனநிலை இல்லை. பேசாச்சாமியை நினைத்த படியே நடந்தார். நினைவுகள் காலத்தைப் பின்னோக்கி நகர்த்தின.

2

சித்தார்த்தி வருஷம். கோடைக்காற்றுக் காலம். வைகாசி வளர் பிறைத் திங்கள். நொய்யலாற்றின் நீர்ப்பிரவாகம் தரைப்பாலத்திற்கு மேலாக நுரைபொங்கி ஓடிற்று. குதிரை, நீருக்குள் கால்களைத் தயங்கி தயங்கி வைத்து நடந்தது. வண்டியோட்டி கடிவாளவார்க் கச்சையை சுண்டிப் பிடித்து சூதானமாகவே ஓட்டினார். வண்டிக்குள் அமர்ந் திருந்த சேதுசிற்பி அக்கரையில் ராஜகம்பீரமாகத் தெரியும் வேணாடு டையாரின் அரண்மனையைப் பார்த்தபடியே தீவிர யோசனையில் ஆழ்ந்திருந்தார். சின்னவேணாடுடையார் இந்த அதிகாலையில் அவசரமாகப் புறப்பட்டு வரச்சொன்னதன் காரணம் புரியாமல் மனசு குழம்பித் தவித்தது.

வண்டி சமநிலையில்லாமல் குலுங்கிக் குலுங்கி ஆற்றைக் கடந்தது. அரண்மனையின் முன்பான இந்திரவிநாயகர் சன்னதி யெங்கும் பச்சைத் தென்னந்தடுக்குப் பந்தலிட்டு மாவிலைத் தோரணம் கட்டி அலங்கரித்து வைத்திருந்தனர். தரையில் பசுஞ்சாணம் மெழுகி மாக்கோலமிட்டிருந்தனர். சின்னவேணாடுடையாரும் ஊர்ப்பிர முகர்களும் சேதுசிற்பியை எதிர்கொண்டு வரவேற்று கோவிலுக்கு அழைத்துப் போயினர். கடிவாளத்தைக் கழற்றியதும் குதிரை முன்னங் கால் தூக்கிக் கனைத்துக்கொண்டே அடிவயிற்று ஈரத்தை உலர்த்தியது.

கோவிலின் உள்பிரகாரத்தில் பெரிய வேணாடுடையார் மரநாற் காலியில் உட்கார்ந்திருந்தார். தொண்ணூறு வயதுக்கு மேலிருக்கும்.

பழுத்த பழம் கடுங்காரியச் சித்தர். சற்று நேரம் நிசப்தம் நீடித்தது. நடைக்கு வெளியே தொலைவில் தெரியும் மலைக்குன்றைப் பார்த்து விட்டு பெரிய வேணாடுடையார் திடீரெனப் பேசினார்.

“ரெண்டு நாளைக்கு முன்னால கோழி கூப்புட ஒரு கனவு. வேலாயுத சாமி என்னை மலையடிவாரத்துக்குக் கூட்டிட்டு போறாரு... எப்ப எங்கோவில கட்டப்போறேன்னு கேக்குறாரு... கட்டிருவோம் சாமினேன்... சாதாரணமா கட்டக்கூடாதுனு உத்தரவு போட்டுட்டு பட்டுனு மறஞ்சுட்டாரு... நா திடுக்கிட்டு முழிச்சு சின்னவர எழுப்பினேன்... அவர் மறுபேச்சு பேசல... கட்டிரலாம்னு சொன்னாரு... இப்ப பெரியசிற்பி நம்மோட இல்ல. அதனாலதா உங்ககிட்ட இந்த பெரிய பொறுப்ப ஒப்படைக்கிறோம்... இந்த ஐங்காதவெளியில இப்படி ஒரு கோவில ஆரும் கட்டினது இல்லையினு ஒரு பேர எனக்கு நீங்க சம்பாரிச்சுக் குடுக்கணும்...”

உடனே வேலைகள் துரிதமாக நடந்தேறின. வருஷத்தில் வாஸ்து புருஷன் கண்விழித்திருக்கும் எட்டு நாளில் ஒரு நாளான வைகாசி இருபத்தொன்றாம் தேதி கோவிலுக்குப் பாலக்கால் போடப்பட்டது. மலைக்கோவிலுக்கான கருங்கற்கள் கொண்டு வரப்பட்டுக் குவிக்கப் பட்டன. அனுதினமும் கருக்கலிலேயே ஆண்கல், பெண்கல், அலிகல் எது எதுவென சேதுசிற்பி மாக்கல்லால் அடையாளமிட்டுக் கொடுத் தார். கல்லுளித்தச்சர்கள் வேலையை ஆரம்பித்துவிட்டனர். யாளி, ரதி, மன்மதன், பிச்சாடனர் என பிரகார தூண் சிற்பங்கள் செதுக்கி வடிவம் பெற்றன. மூலப்பிரகாரச் சுவற்றில் பிரதிஷ்டை செய்ய வேண்டிய திருவுருவச் சிலைகளும் தோன்றலாயின. கோபுர சுதைச் சிற்பிகள் மண்ணிட்டு சூளை போட்டு கலவையுடன் பரண் ஏறினர்.

அன்று அமாவாசை தினம். எங்கும் உளியின் சப்தம். மூலவர் திருவுருவத்தைச் செதுக்க சேதுசிற்பி முடிவு செய்திருந்தார். நீரில் ஊறப்போட்டிருந்த ஆண்கல்லை கல்லுளித்தச்சர்கள் நிமிர்த்தி வெளியே எடுத்துப்போட்டனர். ஒரு திருமுகம், ஆறு திருக்கரங்கள், கரும்பு வில், கேடயம், வச்சிராயுதம், சேவற்கொடி பிடித்து, அணிகலன்கள் பூண்டு மயில்வாகனமேறி, மூன்று கண் விபூதியுடன் சரவணபவராக செதுக்க நினைத்திருந்தார். பச்சைமரகதக்கல்லின் முன் உளியைப் பிடித்துக்கொண்டு கண்களை மூடி உட்கார்ந்தார். செதுக்கும் முருகரின் திருவுருவம் கண்முன் தோன்றி நின்றது. முருகரின் உடலுறுப்புகளை வர்ணிக்கும் பாடல்களை வாய் முணுமுணுத்தது. திருமேனியின் கண், புருவம், புருவத்தின் மயிர், இமை, இமைமயிர், நெற்றி, கன்னம், நாசி, இதழ் என அவயங்கள் அனைத்தையும் மனதுக்குள் சிற்பமாக காட்சிகொள்வதைக் கண்டார்.

புறச்சூழல் மறைந்துவிட்டது. உளியின் முதல் ஓசை எழுந்தது. சிறு கற்சில்லுகள் தெறித்து விழுந்தன. அகமெங்கும் முருக பிம்பம்.

இவர் பிரக்ஞையின்றியே கல்லை உளி செதுக்கிச் சென்றது. வடிவ நேர்த்திக்கேற்பக் கல்லிலே வேண்டாத பகுதியை உளி கழித்துக் கொண்டே வந்தது. உச்சிக்காலப் பொழுது. திருமேனியின் உடம்பு கிடைத்துவிட்டது. இனி அவயங்கள் உருப்பெற வேண்டிய நேரம். உளியின் பதிவு நிதானமாக இருக்க வேண்டும்.

இவர் திருமேனியின் உடம்பை நிமிர்த்தி வைத்துவிட்டு முன்னால் மண்டியிட்டு அமர்ந்தார். சிரசுப்பகுதிக்கு இடம்விட்டு கீழாக இமைப்புருவத்தைச் செதுக்க உளியை மெல்லப் பதித்தார். கல் ஓசை மாறிக்கேட்டது. ஒரு பெரிய விரிசல். உடம்பின் கீழாக நீண்டு போயிருந்தது. திடுக்கிட்டுப் போனார். ஒரு கணம் என்ன செய்வதெனத் தெரியவில்லை. இதுவரை இப்படி ஆனதில்லை.

மறுதினம். அந்திக்காலப் பொழுது. வேறு கல்லில், கண், இமை, மார்பு, கழுத்து என நினைத்ததுபோலவே தத்ரூபமாக செதுக்கியாயிற்று. அடுத்து கேடயம் பற்றிய திருக்கரத்தைச் செதுக்க ஆரம்பித்தார். நாம்பிய விரல்களுக்கிடையில் உளி மெதுவாக இறங்கி ஏறிற்று. சுத்தியலின் நிதானமான அடி. ஆனால் உளி தடுமாறி சனி விரல் நகத்தைப் பெயர்த்தது. சிறு ஊனம். இவருக்கு ஒன்றும் புரியவில்லை. மனசு பயந்தது. உளியைப் பிடித்தபடியே நிச்சலனமாக இருள் சூழும்வரை நின்றார். தேர்ந்தெடுத்த கல்லில் எவ்விதக் குறையுமில்லை. ஏன் இப்படி நேர்ந்தது என்ற கேள்வி சுழன்று அலைக்கழித்தது. அத்திக்கட்டையில் பாலாலயம் செய்திருந்த இறைசக்தி முன்பு நடுச்சாமம்வரை சம்மணமிட்டு உட்கார்ந்திருந்தார். கல்லுளித்தச்சர்கள் சமையலை முடித்து உண்டு உறங்கிப்போயிருந்தனர். இவருக்கு படுத்தும் நல்ல உறக்கமில்லை. சிந்தனைகள் தாறுமாறாக ஓடின. இத்தனை நாட்களுக்குப் பின்பு பெரியசிற்பி எட்ட நின்று சிரிப்பது போல இருந்தது. எழுந்து கூடாரத்தைவிட்டு வெளியே வந்தார். வனத்துக்குள் அருகாமையில் குள்ளநரிகள் ஊளையிட்டன. கருத்த இருள்வானம் விண்மீன்களை விழுங்கி விரிந்து கிடந்தது. தெற்கத்திக் காற்று விரிய மர இலைகள் சலசலத்துக் கடந்தபின் வெளியெங்கும் வெறுமை சூழ்ந்தது. மறுபடியும் பெரியசிற்பியிடம் இருந்து மனம் அகல மறுத்தது.

3

ஹேவிளம்பி ஆண்டு. மார்கழி விடியல் வேளை. மூடுபனி வாடையுடன் குளிர்காற்று வீசிற்று. சேதுசிற்பிக்கு ஏழு வயது. தோளில் சுமந்துவந்த அப்பா தெப்பக்குளப் படிக்கட்டில் இறங்கினார். நீரலைக்கு மேலான படிக்கட்டு ஒன்றில் சேதுவை உட்கார வைத்தார். வெள்ளைப் பூ மலர்ந்த அல்லிக்கொடியின் ஊடாக அம்மா மல்லாக்க புடவை விலக செத்து மிதந்து கொண்டிருந்தாள். அப்பா போய் விட்டார். சேது பெருங்குரலெடுத்து அழத்தொடங்கினான். கூட்டம்

கூடிற்று. ஊர் மணியக்காரர் வந்து விசாரித்தார். சேது அழுகையை நிறுத்தவில்லை. பொழுது கிளம்பி வெயில் ஏறியபின் குதிரை வண்டியில் வந்திறங்கிய பெரியசிற்பி நேராக மணியக்காரரிடம் போனார். ஏதோ குசுகுசுவெனப் பேசினார். சேதுவைத் தூக்கி தோளில் உட்காரவைத்துக்கொண்டு மீண்டும் படியேறினார். குதிரை வண்டி கிளம்பிற்று. சேது அழுகையை அடக்கவேயில்லை.

செவ்வாழைத் தோப்பினூடே குதிரைவண்டி சென்றது. பெரிய மச்சுவீட்டின் முன்பு திரும்பி நின்றது. பெரியசிற்பி வண்டியில் இருந்து சேதுவை இறக்கி வெளித்திண்ணைக்கு கூட்டிப்போனார். நடைமீது நின்ற தாயும் மகளும் புரியாமல் பெரியசிற்பியைப் பார்த்தனர். சேது தொடர்ந்து தேம்பித் தேம்பி அழுதபடியே இருந்தான். மகள் வாசற்படி தாண்டி சேதுவின் முன்பு வந்து நின்றாள். சிரித்தபடி சேதுவின் கையைப் பற்றினாள்.

“நான் சாரதா... நீ...”

சேதுவுக்கு சட்டென அழுகை நின்றது. சாரதாவையே சிறிதுநேரம் பார்த்தான். பின் மெல்லச் சிரித்தான். சாரதாவின் தாய் பெரிய சிற்பியிடம் கேட்டாள்.

“புள்ளை ஆருங்க...?”

பெரியசிற்பியும் சிரித்தார். மாதங்கள் வேகமாக ஓடின. சேது குதிரைக் கொட்டத்தில் படுத்துக்கொண்டான். வாழைமட்டை மடக்கு இலையில் இருவேளை சாப்பாடு. நொய்யல் ஆற்றங்கரைக்கு பசுக்களை ஓட்டிப்போய் மேய்க்கும் வேலை. பெரியசிற்பி திருச்சூர்ப் பக்கம் சிற்ப வேலைக்குப் போய் திரும்பியபோது ஒருமுறை கட்டுத் தரைக்கு இரு எருமைகளைக் கொண்டுவந்தார். இந்த ஊர்சனங்கள் முதன்முறையாக எருமைகளைப் பார்த்தனர். சேதுவுக்கு எருமைகளை மேய்ப்பது மிகவும் பிடித்திருந்தது. பசுக்கள் போலல்லாமல் எருமைகள் நிரம்பவும் சாதுவானவை. நீர்த் துறையில் மணிக்கணக்காக சேற்றோடு புரண்டு படுத்தே கிடந்தன. பார்த்துக் கொள்ள ஆள் தேவையில்லை. நண்பகலில் சேது வீட்டுக்கு வந்து விடுவதை வழக்கமாக்கினான். சாரதா காலையிலிருந்து திண்ணைப் பள்ளிக்கூட வாத்தியாரிடம் படித்த பாடத்தை சேதுவுக்குச் சொல்லிக் கொடுத்தாள். சேதுவின் ஆள்காட்டி விரலைப் பிடித்து மணல் தரையில் தமிழின் எல்லா எழுத்துக்களையும் எழுதிப் பழக்கிவிட்டாள். சேது பிரபந்தங்களையும் இதிகாசங்களையும் எழுத்துக்கூட்டி வாசிக்கக் கற்றுக்கொண்டான். முற்றத்துக் கூரை நீர் சொட்டிட்ட ஒரு மழைநாளில் சாரதாவின் தாயுடைய கம்பராமாயணப் புத்தகத்தை சேது வாசித்துக் கொண்டிருந்தபோது குதிரை வண்டியோட்டி பார்த்துவிட்டான். அடித்து புத்தகத்தைப் பிடுங்கி பெரியசிற்பியிடம் இழுத்துப்போனான்.

சேதுவுக்கு விழியில் நீர்கோர்த்து நடுக்கம் ஏற்பட்டது. பெரியசிற்பி கொஞ்ச நேரம் சேதுவையே தீர்க்கமாகப் பார்த்தார். குதிரை வண்டியோட்டியிடமிருந்து கம்பராமாயணப் புத்தகத்தை வாங்கி சேதுவிடமே திருப்பிக் கொடுத்துச் சொன்னார்.

"படி..."

இரவெல்லாம் கார்மழை பெய்து ஓய்ந்திருந்த விடியற்காலை. பூவரசங்கிளையில் கோகிலகுயில்கள் கூவின. மூன்றாம் சாமத்தில் படம் விரித்தாடும் நாகசர்ப்பக் கனவு கண்ட சேது அசந்து தூங்கி விட்டான். முகத்தில் கொட்டத்து சாளர இளவெயில்பட்டு முழிப்புத் தட்டியது. சேது அவசரமாக எழுந்து தொழுவத்துக்கு ஓடினான். முதியவர் ஒருவர் சாணம் அள்ளி முடித்துப் பசுக்களுக்கு வைக்கோல் போட்டுக்கொண்டிருந்தார். சேதுவுக்கு ஒன்றும் புரியவில்லை. திரும்பவும் வீட்டுக்கு ஓடிவந்தான். சாரதாவின் தாய் சேதுவை கிணற்றடியில் குளித்துவிட்டு வரச்சொன்னாள். சாரதா புது ஆடைகளை வழங்கினாள். சேதுவுக்கு இதெல்லாம் புதிதாக இருந்தது. அன்று தலைவாழையிலையில் பெரியசிற்பியோடு சரிசமமாக உட்கார்ந்து சாப்பிட்டான். மழைவெயில் வந்ததும் பெரியசிற்பி சேதுவை தன்னோடு குதிரைவண்டியில் கூட்டிப் போனார். சேதுவுக்கு ஒரே பிரமிப்பாக இருந்தது. மருதமரங்கள் செறிந்த செம்மண் பாதையில் குதிரைவண்டி ஓடி ஒரு ஆதிகால மாயவர் கோவிலின் முன்பு நின்றது. கோபுர உச்சியில் சுதைச்சிற்பிகள் வேலையில் ஈடுபட்டிருந்தனர். உள்பிரகாரத்தில் உளிபிடித்திருந்த கல்லுளித்தச்சர் கள் எழுந்து வணங்கினர். இளமதியத்தில் பெரியசிற்பி கோபியர்களு டன் கண்ணன் ஆடிய ராசலீலைகளை செதுக்கிய தூண்கள் பக்கம் சென்றார். செதுக்கப்படாத ஒரு தூணின் முன்பு சிற்றுளி பிடித்து உட்கார்ந்தார். கோகுலத்தைக் காக்க கோவர்த்தன மலையைக் குடையாகப் பிடித்த பெருங்காட்சி சிற்பமாக நுணுக்கம் கொண்டது. சேது பெரிய சிற்பியின் கைவண்ணத்திலேயே லயித்துப் போனான்.

4

சௌமிய ஆண்டு. வங்கக் கடலில் முதல் புயல் எடுத்திருந்த புரட்டாசி மாதம். நண்பகல் வரை இடிமழை பொழிந்து தீர்த்த தினம். சேதுவுக்குப் பதினெட்டு வயது. சிவன் சன்னதிக்கு முன்னர் அமைந்துள்ள பெரிய மண்டபத் தூணொன்றில் ஆடல்வல்லானின் ஊர்த்துவ தாண்டவ முத்திரையை கற்சிற்ப வடிவில் செதுக்கிக் கொண்டிருந்தான். அந்த நாட்களில் ஒரே நேரத்தில் மூன்று சிவாலயங்களில் சிற்ப வேலைகள் நடந்துகொண்டிருந்ததால் பெரியசிற்பி அங்கு இல்லை. ஏற்கனவே சேது இவ்வாலயத்தின் அம்பாள் திருமேனி வடித்துப் பெயர்பெற்றிருந்ததைக் கண்டு

பொறாமை கொண்டிருந்த முதிய கல்லுளித்தச்சர் ஒருவர் சேதுவை ஜாடை பேசினார்.

"பெரியசிற்பி இவனுக்கே சாரதா பொண்ணைக் கட்டிவச்சு வாரிசாக்கப் போறாராம்..."

"பின்னே... நாமெல்லாம் நடராஜ மூர்த்திய செதுக்க மாட்டமா என்ன...?"

"அனாதையா பொறந்திருந்தாலும் மச்சம் கூடி இவனாட்டம் பொறக்கணும்... மாப்பிள்ளை ஆகலாம்... நம்ம மாதிரி தொச்சம் கூடி பொறந்திருந்தா இப்படி கருங்கல்ல மாங்குமாங்குனு கொத்திக் கிட்டு கெடக்க வேண்டியதுதான்..."

சேதுவுக்குக் கோபம் தலைக்கேறியது. சிற்றுளியையும் சுத்தி யலையும் வீசியெறிந்தான். எழுந்து முதிய கல்லுளித்தச்சரிடம் சென்றான். கைகளைப் பிடித்து முறுக்கி முதுகில் குத்தினான். அதற்குள் அவரோடு கூடப்பேசிய இளம் கல்லுளித்தச்சன் ஓடிவந்து சேதுவின் கன்னத்தில் அறைந்தான். மற்ற கல்லுளித்தச்சர்கள் இடைப் புகுந்து மூவரையும் விலக்கிவிட்டனர்.

பெரியசிற்பி வந்ததும் மூவரும் அவர் முன்பு கொண்டுபோய் நிறுத்தப்பட்டனர். சிறிதுநேரம் பெரியசிற்பி மூவரையும் மாறி மாறிப் பார்த்தார்.

"அழகே இறைவன்... இறைவனின் அழகே இயற்கை... இயற்கையின் அழகே ஆன்மா... ஆன்மாவின் அழகே சிற்பம்... இதை என் குருநாதர் அடிக்கு ஒருதரம் சொல்லிக்கிட்டே இருப்பாரு. சிற்பம் செதுக் குறவங்களுக்குக் கோவம் வரலாமா...?"

மூவரும் பதில் பேசாமல் தலை கவிழ்ந்தே நின்றனர்.

"எனக்கு எங்கிட்ட இருக்குற எல்லோரும் சரிசமம்தான்... சேதுகிட்ட கொஞ்சம் அதிகமான திறமை இருக்கு... அதனால கிட்டத்துல வச்சுருக்கேன். அவ்வளவுதான்... அதுக்காக எம் பொண்ண கட்டிக்கிற தகுதியெல்லாம் அவனுக்கு இன்னும் வரலை..."

பெரியசிற்பி எழுந்து குதிரைவண்டியேறிப் போய்விட்டார். மழை திரும்பவும் கனத்து இறங்கியது.

மறுதினம் பெரியசிற்பி கோவிலுக்கு வந்ததும் குதிரை வண்டியி லிருந்து இறங்காமலேயே சேதுவைக் கூப்பிட்டார்.

"நடராஜ மூர்த்தியோட ஊர்த்துவ தாண்டவ முத்திரை உனக்கு சரியா வரலை... வண்டியில ஏறு... "

குதிரைவண்டி ஊரைக் கடந்து பத்து மைலுக்கப்பால் விரைந்தது. திடீரென வேம்பு நிழல் கொண்ட ஈரமண்பாதையில் திரும்பிற்று. கொண்டல் காற்று வீசும்போதெல்லாம் வேப்பங் கிளைகள் நீர்

சொட்டின. இருபுறமும் பருத்திக்காடு. பொட்டுப் பானைகளும் கோமாளிகளும் நின்று காடுகாத்தன. ஊர் முகப்பிலிருந்தே சீமை யோட்டு வீடுகள் கொண்ட வீதிகள் சந்துசந்தாகப் பிரிந்தன. வண்டி நின்ற வீடு பெரிய எட்டங்கண தொட்டிக்கட்டு வீடு. நடுமுற்றத்தில் உச்சிப்பொழுது வெட்டாப்பின் வெளிச்சம். உள் அங்கணத்திலிருந்து எட்டு வயது சிறுவன் ஒருவன் ஓடிவந்து பெரியசிற்பியின் கால்களைக் கட்டிக்கொண்டான். பெரியசிற்பி அவனைத் தூக்கி தட்டாமாலை சுற்றி கீழே இறக்கிவிட்டார்.

"அம்மா... அப்பா வந்துருக்காரு..."

சிறுவன் மறுபடியும் உள் அங்கணத்திற்குள் ஓடி மறைந்தான். சேது அதிர்ந்து போனான். வெளிக்காட்டிக் கொள்ளவில்லை. பெரிய சிற்பியும் உள்ளே போனார். சேது முற்றத்துத் திண்ணையில் அமர்ந்தான். கூரை மீது அணில்கள் கிறீச்சிட்டன. பெரியசிற்பி நாட்டிய மங்கை ஒருத்தியுடன் வெளிப்பட்டார். பேரழகி. சேதுவினால் பார்வையை அகற்ற முடியவில்லை.

"சேது... இவங்க முத்திரையையும் அபிநயத்தையும் கவனமா கவனி..."

பெரியசிற்பி நடராஜ பத்து பாடினார்.

"மானாட மழுவாட மதியாட புனலாட மங்கை சிவகாமியாட,

மாலாட நூலாட மறையாட திறையாட மறைதந்த பிரம் மனாட..."

நாட்டிய மங்கை நடுமுற்றத்தில் நின்று அபிநயித்தாள். இடது கால்தூக்கி வலது பாதம் ஊன்றி கண்கள் மருண்டு விரல்கள் முத்திரை யிட்டன. சேது தன்னிலை மறந்தான். பெரியசிற்பி பாடலை நிறுத்தி சேதுவைப் பார்த்தார்.

"இப்ப போய் நடராஜரை செதுக்கு..."

பெரியசிற்பி அங்கேயே தங்கிக்கொண்டார். மழை வலுத்த இரவில் சேது மட்டும் குதிரைவண்டியேறி கோவிலடி வந்து சேர்ந்தான். நடராஜ மூர்த்தியின் ஊர்த்துவ தாண்டவ சிற்பம் பங்கமின்றி உருப்பெற்றது.

அந்த வாரம் கழிந்தது. புயல் மழை ஓய்ந்து ஊர்வெளி வெயில் கண்டுவிட்டது. சாயங்காலத் தருணம் ஒன்றில் சாரதா தனியாக செவ்வாழைத் தோப்புக்குள் செல்வதை சேது கண்டான். பின் தொடர்ந்து போனான். சாரதா வரப்பு மகிழம் மரத்தின் கீழே உதிர்ந்து கிடக்கும் பூக்களைப் பொறுக்கி நூலில் கோர்க்க ஆரம்பித்தாள். மஞ்சள் வெயிலில் மழைத்தட்டான்கள் மிதந்தபடி இருந்தன.

“சாரதா... என்ன கலியாணம் பண்ணிக்குவியா...?”

“அதுக்கு எங்கப்பாகிட்டதான் நீங்க கேக்கனும்...”

“உன்னக் கட்டிக்கிற தகுதி எனக்கில்லையினு அவரு சொல்லிட்டாரு...”

“அப்ப தகுதிய வளர்த்துக்குங்க...”

“எப்படி...?”

“எங்கப்பாவாட்ட பெரியசிற்பியா... ஏகபத்தினி விரதனா...”

“உங்கப்பா ஏகபத்தினி விரதன்னு உனக்கு எப்படி தெரியும்...?”

சாரதா ஒருகணம் திடுக்கிட்டு நிமிர்ந்து சேதுவைப் பார்த்தாள். சேது நாட்டிய மங்கையையும் அந்தச் சிறுவனையும் பற்றிச் சொன்னான். சாரதாவுக்கு அழுகை பொங்கியது. மகிழம் பூக்களை உதறிவிட்டு வீட்டைப் பார்த்து ஓடினாள். சேது உள்ளுக்குள் சிரித்துக்கொண்டான். அப்போது வாடைக்காற்றில் மகிழம்பூ வாசம் பெருகி மணந்தது.

அன்றிரவு இரண்டாம் சாமத்தில் குதிரைவண்டியில் வீடு வந்து சேர்ந்த பெரியசிற்பியிடம் சாரதாவும் சாரதாவின் தாயும் எதுவும் பேசிக்கொள்ளவில்லை. பெரியசிற்பி சேதுவைப் பார்த்தார். புரிந்து கொண்டார். விடியும் வரை வீடு அசாத்தியமான நிசப்தம் பூண்டு கிடந்தது. கீழ் செவ்வானில் உதயரேகை படர்ந்தபோது வாசலில் வேறொரு குதிரைவண்டி வந்து நின்றது. சாரதா சேதுவிடம் வீட்டுச் சாவியைக் கொடுத்துவிட்டுச் சொன்னாள்.

“நாங்க பாட்டி வீட்டுக்குப் போகிறோம்... இனி திரும்பி வரமாட்டோம்”

அதுவரை திண்ணையில் மௌனமாக அமர்ந்திருந்த பெரியசிற்பி எழுந்து நின்று பேசினார்.

“சேது... இவங்களை இங்கேயே இருக்கச் சொல்லு... நான் போய்க்கிறேன்...”

பெரியசிற்பி வீட்டில் எந்தப் பொருளையும் எடுக்கவில்லை. குதிரைவண்டியைப் பூட்டச்சொல்லி விருட்டெனப் புறப்பட்டுப் போய்விட்டார். சாரதா உள்ளே ஓடிப்போய் தாயின் மார்பில் முகம் புதைத்து அழுதாள். சேதுவும் சாரதாவை ஆறுதல்படுத்த விரும்பவில்லை. கிளம்பி நேராக கோவிலடிக்கு வந்துவிட்டான். மதியத்தில் சேதுவைக் கூப்பிட்டு பெரியசிற்பி சொன்னார்.

“இனி இந்தக் கோவிலோட எல்லா வேலையையும் நீயே முடிச்சுரு... நான் உளியைத் தொடமாட்டேன்...”

அதன்பின்னான நாட்களில் பெரியசிற்பி தனக்கு வரும் வேலைகளையும் சேதுவிடமே திருப்பிவிட்டார். ஆகாயத்தில் கோடை முகில் கூட்டம் பொழுதை மறைத்திருந்த பின்மதியம். பெருமாள் கோவிலில் பிரகாரச் சிற்பங்கள் செதுக்கும் வேலை நடந்து கொண்டிருந்தது. சேது சிற்பம் செதுக்கக் காத்துக்கிடக்கும் கற்களில் ரேகை பார்த்துக்கொண்டிருந்தான். சாரதாவின் தாய் கூப்பிடுவதாகக் குதிரை வண்டியோட்டி வந்து அழைத்தான். சேது வீட்டுக்குப் போனான். நடைக்குள் நின்று சாரதாவின் தாய் அழைத்தாள்.

"உள்ளே வாங்க மாப்பிள்ளை..."

சாரதா கதவின் பின்னே ஒளிந்து நின்றுகொண்டு சிரித்தாள். சேது - சாரதா கல்யாணத்துக்குக் கூட பெரியசிற்பியை அழைக்கவில்லை.

5

பரிதாபி ஆண்டு. கார்மழைக்காலம். சித்திரையின் உக்கிரக் கோடை. சேது குடியானவர்களின் எட்டுக்கூட்ட குலதெய்வ காணிக்கோவிலின் திருப்பணியில் ஈடுபட்டிருந்தான். நெல் வயல் சூழ நடுமத்தியில் கோவில். முற்றிய கோடைச்சம்பாக் கதிரின் நெல் மணம். அம்மனின் மூலத்திருமேனியை வடிக்கும் துவக்கக்கட்ட வேலைகள் நடந்தன. அந்தச் சிறுவன் வந்து நின்று சேதுவைக் கூப்பிட்டான். தடத்தில் பெரியசிற்பியின் குதிரைவண்டி நின்றிருந்தது.

"அப்பாவுக்கு உடம்பு முடியல... கடேசியா உங்களை ஒருமுறை பார்க்கணும்னாரு"

சேது காலம் தாழ்த்தாமல் குதிரைவண்டியில் போய் ஏறி அமர்ந்தான். மறுபடியும் ஒருமுறை வேப்பம் மரங்கள் அடர்ந்த மண்பாதையில் பயணம். வேம்பின் உதிர்ந்த சருகுகள் பாதையெங்கும் பரவிக் கிடந்தன. வீட்டின் உள் அங்கணக் கட்டிலில் பெரியசிற்பி படுத்திருந்தார். சேதுவைக் கண்டதும் தட்டுத்தடுமாறி எழுந்தமர்ந்தார். நாட்டிய மங்கையின் கண்களின் கீழாக கருவளையம் விழுந்திருந்தது.

வெகுநேரம் பெரியசிற்பி எதுவும் பேசவில்லை. கண்களில் இருந்து கண்ணீர் தாரை தாரையாக வழிந்து கொண்டேயிருந்தது. சிறுவன் கட்டிலுக்கடியில் இருந்து ஒரு கோணிப்பையை எடுத்து சேதுவிடம் நீட்டினான். சேது வாங்கிக்கொள்ளவில்லை. பெரிய சிற்பி சேதுவின் விரல்களைப் பற்றினார். குரல் நடுங்கியது.

"இது என் ஆயுள் பூராவும் என் அனுபவத்தில் உணர்ந்த சிற்ப சாஸ்திர பொக்கிஷம்... இதுல நான் நிர்மாணிக்க நெனச்ச நெறய மாதிரிக் கோவிலோட வரைபடம் இருக்கு... உங்களுக்குப் பயன் படும்..."

சேது விரலை விடுவித்துக்கொண்டு நடையைப் பார்த்து நடந்தான். பெரியசிற்பி தழுதழுத்த குரலில் சொன்னார்.

“இதைத் தேடி நீங்க வரவேண்டிய காலம் வரும்...”

அன்றைய அகாலத்திலேயே ஆள் வந்துவிட்டது. சாரதாவின் தாய் அங்கு யாரையும் போகவிடவில்லை. பெரிய வேணாடுடை யாரும் ஊர்ப்பிரமுகர்களும் வந்து சவத்தை இங்கு எடுத்து வருவ தற்குக் கேட்டனர். சாரதாவின் தாய் மறுத்துவிட்டாள். பெரிய வேணாடுடையார் சமாதானப்படுத்த முயன்றார்.

“அவர் எவ்வளவு பெரிய சிற்பி... தன்னோட எடத்துல இறுதி காரியம் நடக்குறதுதானே நியாயம்.”

“பெரிய சிற்பியா இருந்தாலும் வெப்பாட்டி வீட்டுக்குப் போன வனுக்கு இதுதான் கதின்னு ஊர் உலகம் புரிஞ்சுக்கட்டும். என்ன யாரும் தொல்ல பண்ணாதீங்க...”

அன்றிரவு சேது வீட்டுக்குப் போனபோது சாரதாவின்தாய் தாலிக்கொடி இல்லாமல் வெள்ளைப் புடவை உடுத்தியிருந்தாள்.

6

சித்தார்த்தி வருஷத்தின் வெயில் அனலாகத் தகித்தது. பத்தாண்டு களுக்குப் பின்பு திரும்பவும் வேப்ப மரத்து மண்பாதையில் குதிரைவண்டி போய்க்கொண்டிருந்தது. இருபுறமும் பருத்திக் காட்டுக்குப் பதிலாக புகையிலைக் காடுகள். செடியில் சிம்பு ஒடித்துக் கொண்டிருந்த ஆட்கள் குதிரைவண்டியை நிமிர்ந்து பார்த்தனர். வீதி சந்துகளின் தினுசு மாறிப்போயிருந்தன. நாய்கள் குரைத்தபடி எதிர்வந்தன. நாட்டிய மங்கையின் வீடு பூட்டிக் கிடந்தது. வெளித் திண்ணையில் வெள்ளாட்டுக் குட்டிகள் குதித்து விளையாடிக் கொண்டிருந்தன. புழுக்கை வாசம் வீசும் திண்ணையின் மீதே சேதுவும் உட்கார்ந்தான். அந்தி ஒளி மங்கியும் எவரும் வரவில்லை. சேது வீதியில் நீர்க்குடம் சுமந்து வந்த பெண்ணிடம் விசாரித்தான்.

“ஆரு... நாகேந்திரனையா கேக்குறீங்க...? அவன் எங்காச்சும் தேசாந்திரம் போயிருப்பான்... எப்ப வருவான்னு சொல்ல முடியாது. வந்தாத்தான் நெசம்...”

அதற்கு அடுத்த நாள் பின்னிரவில்தான் நாகேந்திரனைப் பிடிக்க முடிந்தது. வீட்டுக்குள் மின்சார விளக்கு இல்லை. இருளுக்குள் கூட்டிப்போய் சிம்னி விளக்கேற்றினான். அரும்பு மீசையில் வெறுமை படர்ந்த கண்களுடன் இருந்தான்.

“எனக்கு பெரிய சிற்பியோட சிற்ப சாஸ்திர கோணிப்பை வேணும்...”

நாகேந்திரன் நெடுநேரம் பதிலே பேசவில்லை.

“உனக்கு விருப்பமில்லைனா இங்கேயே கூட படிச்சிட்டுத் தந்திர்றேன்”

அதற்கும் நாகேந்திரன் எதுவும் கூறாமல் இருந்தான்.

“நா இப்போ இக்கட்டான நிலைமையில இருக்கேன்... எனக்கு அந்தப் பொக்கிஷம் தேவை”

நாகேந்திரன் கடகடவென சிரித்தான்.

“அந்தக் கோணிப்பையை அப்பாவோட சிதையில போட்டு எரிச்சுட்டேன்”

மீண்டும் இருவருக்குமிடையே நெடிய மௌனம் கடந்தது. சேது எழுந்தான். நாகேந்திரன் மெதுவான குரலில் பேசினான்.

“ஆனா அதுல இருக்குற எல்லாமே எனக்கு அத்துப்படி... என்ன கூட்டிட்டுப் போங்க. நான் வேண்ணா உங்களோட அந்தப் பிரச்சனையை தீர்க்க முடியுமானு பாக்குறேன்...”

மறுநாள் காலை வெயில் ஏறிக்கொண்டிருந்தது. கல்லுளித் தச்சர்கள், சுதைச்சிற்பிகள், கோபுரம் வேலை செய்யும் ஆட்கள் என எல்லோருக்குமே சேது விடுமுறை விட்டிருந்தான். நாகேந்திரன் யாருமற்றுக் கிடந்த கோவிலை நான்கைந்து முறை சுற்றிச்சுற்றி வந்து ஏதேதோ கணக்கிட்டான்.

“கோவில முழுசா மாத்திக் கட்டனும்... பெரிய வேணாடுடையார் கட்ட நெனச்ச கோவில் இது இல்ல... நீங்க என்ன நம்புனா இன்னைக்கே வேலைய ஆரம்பிக்கலாம்”

சேது சரியென்று தலையசைத்தான். அதன்பின்பு நாகேந்திரனின் யோசனைகள் ஒவ்வொன்றும் சேதுவைத் திகைப்பில் ஆழ்த்தும்படியே இருந்தன. நாகேந்திரன் மனம்போன போக்கில் ஏதேதோ கூறி நிறைவேற்றச் சொன்னான். சேதுவும் அவன் வாக்குக்குக் கட்டுண்டது போல எல்லாவற்றையும் உடனே நிறைவேற்றத் தொடங்கினான். கல்லுளித்தச்சர்கள் எல்லாம் சேதுவுக்கு ஏதோ ஆகிவிட்டதென்று காதுபடவே பேசினர்.

கோவில் வேலை முடிவுறும் தருவாயில் ஓர் அந்தியில் நாகேந்திரன் சேதுவை வனத்துக்குள் கூட்டிப்போனான். நரிகள் சென்ற தடம். வால் முடிகள் உதிர்ந்து கிடந்தன. வழியெங்கும் வால் காக்கைகள் கத்தின. சித்தர் தவக்குகைப் பக்கம் சென்றதும் அங்கு ஓரிடத்தில் எட்டி மரத்தைச் சுற்றி ஆவார மிளாரால் வட்டமிட்டான்.

“இங்கு ஒரு கேணி தோண்டச் சொல்லுங்க...”

சேது நாகேந்திரன் வட்டமிட்ட நிலத்து மண்ணின் நிறத்தைக் கண்டு திடுக்கிட்டான். மண் ரத்தச்சிவப்பாக இருந்தது.

"இங்கு எது செஞ்சாலும் வாழ்நாள் முழுதும் கஷ்டம்... கட்டிடம் நாசமாகும்... நீ இதை போய் தேர்ந்தெடுத்திருக்கே..."

நாகேந்திரன் எதுவும் பேசாமல் சேதுவை முறைப்பது போல் பார்த்தான். சேது கீழே குனிந்து மண்ணை அள்ளி வாயில் போட்டு சுவைத்தான். துவர்ப்புச் சுவை. பின் மண்ணை முகர்ந்து பார்த்தான். தயிர் வாடை.

"என்னப்பா சாஸ்திரத்துக்கு எதிரா இருக்கு... இங்க போய் கேணி தோண்டச் சொல்றே..."

நாகேந்திரன் அமைதியாக வனத்துக்குள் இறங்கி மேலும் நடந்தான். சேது வேறு வழியில்லாமல் பின்தொடர்ந்தான்.

"இங்க கேணி தோண்டுனா பதினாறு அடியில் இருந்து மரகதப் பச்சைநிறக் கல்லும் சிவந்த ரேகை உள்ள கருங்கல்லும் கெடைக்கும்... இதில்தான் இந்த சன்னதிக்கு மூலவத் திருமேனி செதுக்க வேண்டும்..."

விரைவில் மலைக்கோவில் வேலை பூர்த்தியாயிற்று. நாகேந்திரன் சொற்படி சேது செதுக்கிய சிலைகள் தெய்வீக ஒளிபரப்பி நின்றன. பெரியவேணாடுடையார் கோவிலைக் கண்டு ஆச்சர்யப்பட்டுப் போனார். திடீரென நாகேந்திரனை மட்டும் காணவில்லை. அவனின் கிராமத்து வீட்டுக்குச் சென்று பார்த்தபோது வீடு பூட்டியே கிடந்தது. பன்னிரெண்டு வருஷம் கழித்து இரண்டாம் கும்பாபிஷேகத்தின் போதும் நாகேந்திரனைக் கண்டுபிடிக்க முடியவில்லை. கிராமத்து வீடு முற்றிலும் சிதிலமாகிப் போயிருந்தது. பகலிலேயே கூரைமீது கொம்பன் ஆந்தைகள் உட்கார்ந்து அலறின. விட்டத்தில் தொங்கிய தோக்குருவிகளின் மெல்லொலிகள் சதா கேட்டன. மூன்றாம் கும்பாபிஷேகம் நடந்தது. மலைக்கோவில் பிரசித்திப் பெற்றது. காவடிக்காரர்களாலும் பௌர்ணமி கிரிவல பக்தர்களாலும் கோவில் எந்நேரமும் ஜனத்திரள் சூழவே காணப்பட்டது.

கடந்த வாரம் வெள்ளிக் கிழமை நான்காவது கும்பாபி ஷேகத்துக்கு முன்னான ஏற்பாடுகளைப் பார்வையிட சேதுசிற்பி மலைக்கோவிலுக்கு வந்தார். வேலை முடிந்ததும் சின்னவேணாடு டையாருடன் வனத்துக்குள் சித்தர் தவக்குகை வரை நடந்தார். வெயில் நேரம். நீலமயில்கள் அகவின. எட்டிமரக் கிணற்றடியில் கல் அடுப்புக் கூட்டி யாரோ ஒருவர் பித்தளை வட்டையில் பருப் பஞ்சோறு சமைத்துக்கொண்டிருந்தார். தீயின் ஜுவாலையினால் நெற்றியில் வழிந்த வியர்வையைத் துடைக்க திரும்பிய அந்த ஆளின் முகத்தைப் பார்த்தபோது சேதுசிற்பி ஒருகணம் திகைத்துப்போனார். கருத்த நீண்ட தாடி, சடைமுடிக்கற்றை, அலைவுறாத கண்கள். சேதுசிற்பி அந்த ஆளை உற்றுப்பார்ப்பதைக் கண்டு சின்ன வேணாடுடையார் பேசினார்.

“இவரு பேசாச்சாமி… வெள்ளிக் கிழம இந்த சித்தருக்கு விஷேசம்… நெறய பேரு மலையேறி வருவாங்க… பசியோட வனத்துக் குள்ள வர்றவங்களுக்கு இந்த சாமி சோறாக்கிப் போடுவாரு… சாப்பிட றவங்க பிரியப்பட்டத போடுவாங்க… அந்தப் பணத்த அடுத்தவார பருப்பஞ்சோத்துக்கு வச்சுக்குவாரு. யார்கிட்டயும் எதுவும் கேக்க மாட்டாரு… சாமி யாரு என்னனு எல்லாம் யாருக்கும் தெரியாது. அவரு பேசவும் மாட்டாரு… நாம வலிய போயி பேசுனா அவரு உடம்பையே அவரு காயப்படுத்திக்குவாரு…”

சேதுசிற்பி கல் அடுப்பின் அருகில் போய் நின்றார்.

“என்னைத் தெரியுதா…?”

பேசாச்சாமி நிமிர்ந்து பார்த்துவிட்டு அடுப்பில் விறகைத் திணிப்பதில் மும்முரமானார். அதற்குள் சின்னவேணாடுடையார் ஓடிவந்தார்.

“சாமிய தொந்தரவு பண்ணாதீங்க…”

சின்னவேணாடுடையார் சேதுசிற்பியைப் பிடித்து இழுத்துக் கொண்டு வந்துவிட்டார். அடுத்த வெள்ளிக் கிழமை போனபோதும் சாமி பேசவில்லை. சேதுசிற்பியைத் தெரிந்ததாகவே காட்டிக் கொள்ளவில்லை.

7

நடு வனாந்திரம். அலாதித் தனிமை. பொழுது கிளம்புவதற்கு முன்னான ஊமை வெளிச்சம். காட்டு மல்லிகையின் நறுமணம் பரப்பும் தென்காற்று. மரக்கிளைகளைப் பிடித்து உட்கார்ந்திருந்த குரங்குகள் தலையைத் திருப்பிப் பார்த்தன. இறக்கத்தில் காட்டுக் கிழங்கை அகழ்ந்து தின்னும் காட்டுப் பன்றிகள் மேய்ந்து கொண்டி ருந்தன. எட்டிமரத்துக் கிணற்றடிக் கல் அடுப்பில் அன்று கண்டது போலவே விறகு எரிந்து கொண்டிருந்தது. பித்தளை வட்டையில் பருப்பஞ்சோறு கொதித்துக்கொண்டிருந்தது. ஜுவாலையின் சூட்டில் வியர்வை முகத்துடன் பேசாச்சாமி அடுப்போரம் உட்கார்ந்திருந்தார். சேதுசிற்பி எதிரில் போய் நின்றார்.

“நாகேந்திரா… எங்கிட்ட ஏன் நடிக்கிறே…?”

பேசாச்சாமி ஏறிட்டும் பார்க்கவில்லை.

“எதுக்கு இந்த வேஷம்…?”

பேசாச்சாமி சட்டென எழுந்து நின்று மீசையோரத்தை ஒதுக்கி னார்.

“இது வேஷமில்ல. நிஜம்”

“அப்ப என்ன வேஷமின்னு சொல்லறியா…?”

பேசாச்சாமி கடகடவெனச் சிரித்தார்.

“நீ முழுக்க முழுக்க ஆணவத்தால் ஆனவன்... நான் அமைதியால் ஆனவன்... உனக்கு இறைவன்னு நினைப்பு... எனக்கு இயற்கையின்னு நினைப்பு...”

“என்னோட ஆணவத்தை அழிக்கத்தான் இப்ப இங்க வந்திருக் கேன்...”

பேசாச்சாமி மீண்டும் சப்தமாகச் சிரித்தார்.

“நீயா...? ஆணவத்தையா...?”

“ஆமாம்... இந்த மலைக்கோவில நிர்மாணிச்ச உண்மையான சிற்பி நீ... ஆனா மரியாதை புகழ் எல்லாம் எனக்கு... இந்தக் கும்பாபி ஷேக விழாவுல உண்மையச் சொல்லப் போகிறேன்...”

“சொல்லிக்க... அதனால எனக்கு என்ன பிரயோசனம்...?”

“பெரியசிற்பிக்குச் செய்யற பிராயச்சித்தம்...”

பேசாச்சாமியின் முகபாவனை மாறியது.

“ஏற்கனவே நீ பிராயச்சித்தம் செஞ்சிட்ட...”

சேதுசிற்பி புரியாமல் பேசாச்சாமியைப் பார்த்தார்.

“நான் ஒரு சிற்பியே அல்ல... உன்ன வளர்த்து ஆளாக்கின எங்கப்பாவ விசுவாசமில்லாமல் அவமானப் படுத்திய உன்னைப் பழிவாங்கனுமினு காத்திருந்தேன். அப்பத்தான் நீயாக வந்து அப்பா வோட கோணிப்பைய கேட்டே... நான் எரிச்சுட்டதா பொய் சொன்னேன். உன் கோவில கெடுக்கனும்னு நானே கிளம்பி வந்தேன்... நானும் மனம் போன போக்கில உன்னை மலைக் கோவில கட்டவச்சேன்... என்னோட திட்டப்படி நீ கோவிலைக் கட்டத் தெரியாதவனா அவமானப்பட்டு நிக்கணும்... ஆனா... ஆகம விதிப்படி ஒரு அற்புதமான கோவிலா மாறுச்சு... நான் குழம்பிப் போனேன்... வீட்டுக்குப் போயி கோணிப்பைய பிரிச்சு பாத்தேன். மானசாரம் போன்ற சிற்ப சாஸ்திரப் புத்தகங்களுக்கிடையே அப்பா தன் கைப்பட வரைஞ்சு வச்சிருந்த ஒரு மலைக் கோவிலோட படம் இருந்துச்சு... அது நாம கட்டின அச்சு அசலான மலைக் கோவிலோட படம்...”

சேதுசிற்பி பதில் பேச முடியாமல் உறைந்து போய் பேசாச் சாமியை வெறித்துக்கொண்டு நின்றார்.

“உனக்கு நம்பிக்கை வரலையினா அப்பாவோட கோணிப் பையைச் சித்தர் தவக்குகைக்குள்ள வச்சிருக்கேன். போய் எடுத்துப் பாரு...”

சேதுசிற்பி அவசரமாகச் சித்தர் தவக்குகையை நோக்கி நடந்தார். பேசாச்சாமி புன்னகைத்தபடி அதே இடத்தில் நின்று பார்த்துக்

கொண்டிருந்தார். சேதுசிற்பி பாறையிடுக்கின் பொந்துக்குள் கீழாக இறங்கினார். அகல் சுடரொளியில் குகையின் தரை. மேற்குமூலை கல் சுவரோரம் பெரியசிற்பியின் கோணிப்பை இருந்தது. பதட்டத்துடன் அவிழ்த்துப் பிரித்தார். பேசாச்சாமி சொன்னது போலவே மலைக் கோவிலின் வரைபடம் பெரிய சிற்பியின் கையெழுத்திலேயே இருந்தது. பதட்டம் தணியாமல் பொந்தில் மேலேறி வந்தார். எட்டிமரக் கிணற்றடியில் பேசாச் சாமியைக் காணவில்லை. கல் அடுப்பில் விறகு எரியவில்லை. சற்று நேரத்துக்கு முன்பு ஆள் இருந்ததற்கான எவ்விதச் சுவடும் அங்கில்லை. சேதுசிற்பி கோணிப் பையைச் சுமந்துகொண்டு பிரமை பிடித்தவர் போல சப்தமிட்டார்.

"நாகேந்திரா... நாகேந்திரா..."

குகைப்பாறைகள் எதிரொலித்தன. சேதுசிற்பி வனத்துக்குள் இறங்கித் தேடத்தொடங்கினார். பேசாச்சாமி தென்படவேயில்லை. வனம் சேதுசிற்பியை உள்வாங்கிக்கொண்டது.

○

தேர்ப்பலி

முதல் சாமம் கடந்த அகாலம். இருட்டு கட்டிய வீதியில் ஆள் நடமாட்டமே இல்லை. கல்தீப விளக்குகள் அணைந்து போயிருந்தன. பின்வீதியில் எங்கோ குருட்டாந்தைகள் சப்தமாகக் குடுகின. நெட்டையாண்டி எட்டு வைத்து நடந்தான்.

வீட்டின் வெளிமதில் கதவு திறந்தே கிடந்தது. விளக்குமாடத்து அகல் ஒளி கீழ்திசைக் காற்றுக்கு நடுங்கியவண்ணம் இருந்தது. கல்நிலவு வாசற்படியில் தலைவைத்துப் படுத்திருந்த கனகா காலடி அரவம் கண்டதும் திடுக்கிட்டு எழுந்தாள். நெட்டையாண்டிக்கு முன்னே ஓடி சமையல்கட்டுக்குள் கோரைப்பாயை விரித்துப் போட்டாள். பித்தளைச்சொம்பு நீரை நீட்டினாள். கை அலம்பி விட்டு வந்த நெட்டையாண்டி பாயில் சம்மணமிட்டு அமர்ந்தான். அகல் சுடரின் அசைவிற்கேற்ப நிழல்கள் சுவரில் விஸ்வரூபமாய் அசைந்தன. கனகா தலைவாழையிலையில் நீர் தெளித்து பச்சரிசி சாதத்தைப் பரிமாறி, தொட்டுக்க சுரைக்கூட்டை வைத்தாள். நெட்டையாண்டி மவுனமாகச் சாப்பிடத் துவங்கினான். சற்று நேரம் கழித்து எதிரில் அமர்ந்திருந்த கனகா கேட்டாள்.

"வெடியறதுக்குள்ள... தேர் நகரறதுக்கு பரிகாரம் கண்டு புடிச்சுட்டாரா... உங்க மாயவித்தைக்காரன்...?"

"ம்ம்ம்"

"எப்படி...?"

"அதுக்கு கர்ப்பவதிய பலி கொடுக்கணுமாமா...?"

"கர்ப்பவதிக்கு எங்க போகப்போறீங்க...?"

நெட்டையாண்டி பதில் பேசாமலே சாப்பிட்டு முடித்து கை அலம்பினான். முந்தானையை நீட்டிய கனகாவின் மேடிட்டிருந்த அடிவயிற்றை ஒருகணம் வெறித்துப் பார்த்தான். கனகா சிரித்தாள். நெட்டையாண்டியின் முகம் இறுகிற்று. திடீரென மேல்துண்டை

எடுத்து கனகாவின் வாயை மூடிக் கட்டினான். தூக்கித் தோளில் கிடத்தி நடந்தான். கால்களையும் கைகளையும் உதறித் திமிறிய கனகாவினால் எதுவும் செய்ய முடியவில்லை. கல்நிலவு சட்டம் நெட்டையாண்டி நெற்றிப் பொட்டில் மோதியது. உச்சந்தலை அதிர்ந்து வலித்தது. தடுமாற்றத்தை வெளிக்காட்டாமல் வாசற்படி இறங்கி நடந்தான்.

நெட்டையாண்டிக்குச் சிறு நடுக்கம் உடம்பை ஊடுறுவிச் சென்றது. அந்த நடுநிசிக் கொடுந்துயர் தருணம் திரும்பத்திரும்ப அவ்வப்போது ஞாபகத்திற்கு வந்து மனசை இம்சைப்படுத்தியது. குறுகிய தார்சாலை போக்குவரத்தின்றி நீண்டது. இருபுறமும் நெல்வயல்கள் நடவின்றிக் கிடந்தன. தளர்வாய் நடந்து கொண்டிருந்த நெட்டையாண்டிப் புறச்சூழலை மறந்து மீண்டும் கடந்த கால நினைவில் மூழ்கினார்.

நெட்டையாண்டிக்குப் பதினெட்டு வயது. ஆறடி உயரம். திக்குசான ஆள். மீசை தடித்து முறுக்கிவிட்டுக் கொண்டு முரட்டுத் தனமாக ஊருக்குள் திரிந்தான். ஆனால் தோற்றத்திற்கு நேரெதிரான பயந்த சுபாவம். விளக்கு வைத்த பின் வீட்டை விட்டு வீதியில் இறங்காத பேடி. எப்போதும் பசி அடங்காத வயிறு. தின்பதற்காக ஊரில் யார் கூப்பிட்டாலும் போய் எடுபுடி வேலை செய்தான். சிறு குழந்தைகள் கையில் வைத்திருக்கும் தின்பண்டங்களையும் மிரட்டிப் பிடுங்கித் தின்றான். ஊருக்குள் எந்த மதிப்புமின்றி சுற்றித் திரிந்து கொண்டிருந்த நெட்டையாண்டிக்கு ஊரே மதிக்கும் ஒரு காரியத்தைச் செய்யும் சந்தர்ப்பம் வாய்த்தது.

அப்போது விளம்பி வருஷம் முடிவுறும் தருவாயில் இருந்தது. பருவமழை பொய்த்துப் போனதால் எங்கும் வறட்சி. தோட்ட வெளிகள் தரிசாகிக் கிடந்தன. சேந்துகிணறுகளின் தரையில் சம்புக்கோரைகள் முளைத்துப் பூப்பூத்துவிட்டன. ஆலாம் பாளையத்துச் சனங்களுக்கு குடிக்கத் தண்ணீர் இல்லை. நெட்டையாண்டி ஊருக்குத் தெற்கே உப்பாற்றில் ஊற்றுத் தோண்டினான். ஒரே நடையில் மூன்று குடங்கள். சும்மாட்டுத் தலையில் ஒன்று. இடது இக்கத்தில் ஒன்று. வலது கையில் தொங்கவிட்டு ஒன்று என ஊர்ப் பெண்களுக்காகத் தண்ணீர் சுமந்தான். அதனாலேயே எல்லா வீட்டுத் திண்ணைகளிலும் உரிமையோடு உட்கார்ந்து நெல்அரிசிச்சோறு சாப்பிட்டான்.

பங்குனி பிறந்தது. உப்பாற்று ஊற்றுக்குழியில் நீர் வற்றிப் போனது. ஊர் கூடியது. முனியப்புச்சிக்கு பச்சைத் தடுக்கு வேய்ந்து சாட்டு அறிவித்தனர். நெட்டையாண்டியின் அய்யாதான் பெரிய பூசாரி. முனி விரட்டும் இரவு. பலிகிடாயின் குடல் மாலை போட்ட பெரிய பூசாரிக்கு அருள் வந்தது.

"ஊருக்கு மழையக் கொண்டு வராம நா போகமாட்டேன். என் வெறி ஆவேசம் அதிகமாயிருக்கு, இரத்தம் குடிக்க என் பற்கள் துடிக்குது... ஊருக்குள்ள ஒரு சனம் இருக்கக் கூடாது..."

ஊர்க்கவுண்டரும், முனிவிரட்டும் இளைஞர்கள் சிலரும் பூசாரியோடு இருந்துகொண்டனர். மற்றவர்கள் எல்லோரும் ஊரைவிட்டுத் தெற்கே புறப்பட்டனர். நெட்டையாண்டியும் போனான். உப்பாற்றின் அக்கரைக்குப் போய் ஊரைப்பார்த்து உட்கார்ந்துகொண்டனர். எங்கும் நிசப்தம் கூடிய இருள். நெட்டை யாண்டிக்கும், சேக்காலிகளுக்கும் நேரம் போக மறுத்தது. சேக்காலி களில் ஒருவன் கேட்டான்.

"ரெண்டாம் ஆட்டம் படத்துக்குப் போவமா...?"

நெட்டையாண்டி அதுவரை படம் பார்த்ததில்லை. நான்கு சேக்காலிகளோடு தரிசு வயல்களைக் கடந்து நடந்தான். தாரா புரத்தின் கிழக்கோரம், கொளுஞ்சிவாடியில் வசந்தா டெண்டு கொட்டகை இருந்தது. கீற்றுக்கூரை. சுற்றிலும் பனைமட்டைப் படல். சேக்காலிகளே டிக்கெட் எடுத்தனர். உள்ளே மணல் தரையில் உட்கார்ந்தனர். வெள்ளைத் திரையில் நாடோடி மன்னன். படை வீரர்கள் குதிரையில் விரைந்து வந்தனர். திடீரென நெட்டையாண்டி எழுந்தான். அதற்குள் திரையில் குதிரைகள் நெருங்கி இருந்தன. நெட்டையாண்டித் திரும்பி மணல் தரையில் அமர்ந்திருக்கும் ஆட்களை மிதித்தபடி ஓட ஆரம்பித்தான். யாருக்கும் எதுவும் புரியவில்லை. சேக்காலிகள் பின்னே எழுந்து ஓடி வந்தார்கள். நெட்டையாண்டி நுழைவு வாயிலைக்கடந்து பனைமட்டைப் படலை எகிறித் தாண்டினான். குதிரைகள் பின்னே துரத்துவது போலவே இருந்தது. கால் குளம்பொலி கிட்டத்தில் நெருங்கி வந்துகொண்டே இருந்தது. நெட்டையாண்டித் தரிசு வயல்களின் வரப்புகளைத் தாண்டித் தாண்டி ஓடியபடியே இருந்தான். இருந்திருந்தாற்போல் பொட்டு பொட்டென மழைத்துளி இறங்கியது. கருத்தமுகில்கள் திரண்டு வானம் கொள்ளாமல் தேங்கி நின்றன. மின்னல் படர்ந்து இடி இடித்தது. மழை கனத்தது. குதிரைகள் தொடர்ந்து துரத்திக் கொண்டே இருந்தன. நெட்டையாண்டி ஓடிக்கொண்டே இருந்தான். உப்பாற்றுக் கரை வந்ததும் வாய் முனகியது.

"குதர தொரத்துது... குதர தொரத்துது..."

நெட்டையாண்டியின் அம்மாக்காரி அழ ஆரம்பித்தாள்.

"எம்புள்ளைய முனி அப்புச்சி புடுச்சுக்கிச்சு..."

ஊர்சனங்கள் பயந்து போனார்கள். முதல் கோழி கூப்பிட மழை ஓய்ந்தது. நெட்டையாண்டி சுயநினைவு இழந்தான். உப்பாற்றில் வெள்ளம் வடியவேயில்லை. முனிவிரட்டிய பின் ஊர்க் கவுண்டர்

பரிசல் போட்டு ஊர்சனங்களை ஊருக்குக் கூட்டி வந்தார். அந்த வாரத்திலேயே ஊர் சேந்துகிணறுகள் மேல்ஜலம் பொத்து நிரம்பியது. அய்யாவினால் நெட்டையாண்டியைக் குணப்படுத்த முடியவில்லை. பச்சிலைகளும், சூரணங்களுமாக செய்த சிகிச்சைகள் வீணாயின.

அன்று உச்சிவெய்யில் கொளுத்தும் பிற்பகல். நெட்டையாண்டியைப் பார்க்கவந்த ஊர்க்கவுண்டர் அய்யாவைத் தனியே கூட்டிப் போய் பேசினார்.

“அவ… முனியப்புச்சி குதரையத்தான் அப்படி சொல்றான்… அவன இங்க வெச்சிருந்தா பொழைக்கவைக்க முடியாது… வேற எடம் மாத்திப்பாரு…”

சாயங்காலத்தில் ஊர்க்கவுண்டரே சவாரி வண்டியும் பூட்டிக் கொடுத்தார். நெட்டையாண்டியைத் தூக்கி வண்டியில் ஏற்றிக் கிடத்தினர். ஈரமண் பாதையில் வடக்கு நோக்கிய வண்டிப் பயணம். நெடுநாட்களுக்குப் பின்பு தானியக் கதிர்களைச் சூறையாடும் வானாஞ்சிட்டுகள் கிறீச்சிட்டவாறு படை படையாகப் பறந்து வந்தன. வடக்குச்சீமை பண்டாரத்தோடு ஓடிப்போன அத்தைக் காரியின் உறவு முறிந்து, இருபது வருஷத்திற்கு மேலாகியிருந்தது. அய்யா வெட்கத்தை எல்லாம் விட்டுவிட்டுத்தான் அந்த வீட்டின் வெளிமதில் கதவின் முன் வண்டியிலிருந்து இறங்கினார். ஆனால் அத்தைக்காரியும், மாமாவும் பழைய பகையை மறந்து நெட்டையாண்டியை வீட்டுக்குள் தூக்கிப் போனார்கள். சிலுவை ஆஸ்பத்திரி கூட்டிப் போய் வைத்தியம் பார்த்தார்கள். குணமாகியதும் கனகாவைக் கட்டியும் வைத்தார்கள்.

அடுத்த கார்மழைக்காலம் வந்தது. மாமாவும், அத்தைக்காரியும் காசியாத்திரை கிளம்பிப் போய்விட்டனர். காமாட்சி அம்மன் கோவில் முறைமைப் பூஜையை நெட்டையாண்டியே கவனித்து வந்தான். அந்த வருசத்தில் ஆடிபதினெட்டுக்குப் பின்னிட்ட தினத்திலிருந்தே பிடித்த பருவமழை ஓயவேயில்லை. தினமும் சாயங்காலம் சாயங்காலம் மழை வந்து கொண்டே இருந்தது. ஆவணி, புரட்டாசி கடந்தும் இதே நிலைதான். மானாவாரி நிலங்களில் நீர் ஓரம்பு எடுத்துவிட்டது. விதைத்து முளைத்திருந்த மானாவாரிப் பயிர்களெல்லாம் இற்று மிதந்தன. மேகாட்டுக் குடியானவர்களுக்கு என்ன செய்வதெனத் தெரியவில்லை. நெல்நாற்று விட்டு நட்டனர். நல்ல மகசூல். தைப் பூசத்திற்கு முன்பே அறுவடை முடிந்து, நெல் மூட்டைகளைத் திண்ணையில் கொண்டுவந்து அடுக்கினர். குடியானவர்வளவே குதூகலித்துக் கிடந்தது. நாட்டாமைக்காரர் காமாட்சி அம்மன் சாட்டை அறிவித்தார்.

அதேவேளை பட்டு நெசவாளர் வளவின் நிலை வேறாக இருந்தது. எங்கும் பட்டுப்பூச்சி செடிகள் இற்றுப்போய்விட்டதால்

பட்டுக் கூடுகளின் வரத்தே இல்லை. பட்டுப்புழுக்கள் உருமாற்றம் கொள்ளும் முன் சுடுநீரில் போட்டு நூல் பிரிக்கும் கொப்பரைகள் கவிழ்த்து வைக்கப்பட்டன. பட்டுத்தறிகள் நெசவின்றிப் போயின. தார்பட்டு நூற்கும் பெண்களின் ராட்டைகள் அட்டாழியில் கிடத்தப் பட்டன. நெசவாள இளந்தாரிகள் நாளெல்லாம் ஊர்மடத் திண்ணை யில் உட்கார்ந்து தாயமும், பாஞ்சாங்கரமும் விளையாண்டு பொழுதைக் கழித்தனர்.

அன்று நாட்டாமைக்காரரின் சாட்டுவரி வசூலிப்பவர்கள் நெசவாளர் வளவிற்குள் வந்து திடுமுட்டி தட்டினர். நெசவாள இளந்தாரிகள் கொதித்துப் போயினர். நெசவாள முன்னோடும் பிள்ளையின் தலைமையில் நாட்டாமைக்காரரைப் பார்க்கச் சென்ற னர். கோவிலடியில் தேர் மராமத்து செய்யும் ஆட்களுடன் பேசிக் கொண்டிருந்த நாட்டாமைக்காரர் வெகு நேரத்திற்குப்பின்னே இவர்கள் பக்கம் வந்தார்.

“சேடனுக எல்லாம் சேர்ந்து வந்திருக்கீங்க... என்ன சோலி..?”

“நாங்க நெசவில்லாம முழி பிதுங்கி கெடக்கறோம்... நீங்க அம்மன் சாட்ட அறிவிக்கலாமா..?”

“எங்க மானாவாரி பூமியில நெல்லு வெளையவச்சுருக்கா அம்மன்... நாங்க எதுக்கு சாட்ட நிறுத்தனும்...?”

“நாங்களும் சாட்ட நிறுத்தச் சொல்லல... எங்க நெலம சீராகறவரைக்கும் தள்ளி வையுங்கள்ன்னு கேக்கறோம்.”

“அறிவிச்ச சாட்ட நிறுத்தினா அம்மன் கோவத்திற்கு ஊர் ஆளாக வேண்டி வரும்... உங்கனால முடியலைனா... வரி குடுக்க வேண்டாம்...”

நெசவாள முன்னோடும்பிள்ளைக்கு கோபம் வந்தது.

“நாங்க அந்த அளவுக்கு ஒண்ணும் தரங்கெட்டுப் போகல... எங்களுக்கும் மான ரோசம் இருக்கு...”

தேர்த்திருவிழா களைகட்டியது. முதல் நாள் தேர் புறப்பாடு. மேளவாத்தியத்துடன் ஐந்து வடத்தேர் குடியானவர் வளவு வீதிகளில் வலம் வந்தது. தேர் முகப்பில் உட்கார்ந்திருந்த நெட்டையாண்டி ஆரத்தி காட்டிக் குங்குமம் வழங்கினான். குடியானவர்களின் முகமெங்கும் மகிழ்ச்சிப் பிரவாகம். தேர் நெசவாளர் வளவிற்குள் நுழைந்தது. ஆட்கள் யாருமே தேர் வடம் பிடிக்க முன்வரவில்லை. ஒரு நாற்சந்தியில் முதல் நாள் தேர் நிலை கொண்டது. ஊர் ஓசை அடங்கிவிட்டது.

எங்கிருந்தோ இரவாடிவித்தைக்காரர்கள் ஊருக்குள் வந்தனர். கொம்புகள் ஊதப்பட்டன. தப்பட்டைகளும் , முரசுகளும் கொட்டி முழங்கின. முகத்தில் அரிதார சாயம் பூசிய இரவாடிவித்தைக்கார ஆண்களும்,பெண்களும் வாளும், வேலும், ஈட்டியும் ஏந்தியபடி

அணிவகுத்து வந்தனர். பிச்சைப்பாத்திரம் வைத்திருந்த சிறுவர்கள் சிங்கம், புலி, குரங்கு, கருடன், பூதம் என விதவிதமானக் கொடிகளை ஆட்டியபடி வந்தனர். தேர் முன்பு வந்ததும் எல்லோரும் குழுமி வட்டமிட்டனர். கை கால் சலங்கை குலுங்க இசைக்கேற்ப நடனமாடினர். ஊர்சனங்கள் கூடியதும் கருத்த குள்ளமான தலைமை இரவாடிவித்தைக்காரர் திடீரெனச் சப்தமிட்டார். தப்பட்டையும், முரசும், கொம்பும் ஓசை அடங்கின. நடனமாடிய இரவாடிவித்தைக் காரர்கள் ஒதுங்கி நின்றனர். தலைமை இரவாடிவித்தைக்காரர் கூட்டத்தைப் பார்த்துப் பேசினார்.

"அய்யாமார்களே... ஆத்தாமார்களே... நாங்க காட்டுற வித்தைக்கு எதிர்வித்தைக் காட்டினாலும் சரி... இல்ல... பொய்யின்னு நிரூபிச் சாலும் சரி... நாங்க தோத்தவங்களாவோம்.... அப்படி யாரும் செய்யலீன்னா... நீங்க எங்களுக்கு கப்ப வரி கட்டனும்..."

கூட்டம் அமைதியாகப் பார்த்தபடி இருந்தது. தலைமை இரவாடி வித்தைக்காரர் சுருக்குப்பையில் இருந்து கோழிமுட்டை ஒன்றை வெளியே எடுத்துக் காட்டினார். வயிறு பெருத்த இளம் இரவாடி வித்தைக்காரன் ஒருவன் அந்த கோழிமுட்டையை வெடுக்கென பிடுங்கி மேலே வீசினான். கோழி முட்டை கீழே விழும்போது திடீரெனச் சேவலாக மாறி இறக்கையடித்துப் பறந்தது. நடனமாடிய இரவாடிவித்தைக்காரர்கள் அந்தச் சேவலைத் துரத்திப் பிடித்தனர். உடனே தலைமை இரவாடிவித்தைக்காரர் அந்தச் சேவலை வாங்கி கொண்டையை நீவினார். அந்தச் சேவல் முட்டையிட்டது.

கூட்டம் ஆச்சர்யத்தோடும், மிரட்சியோடும் பார்த்துக் கொண்டிருந்தது. கொஞ்ச நேரம் அங்கு அலாதியான அமைதி. இளம் இரவாடிவித்தைக்காரன் நாட்டாமைக்காரரின் கையைப் பிடித்து தலைமை இரவாடிவித்தைக்காரரின் முன் இழுத்துக் கொண்டு வந்து நிறுத்தினான்.

"அய்யாமாரே... உங்க ஊர் எங்ககிட்ட தோத்துப்போச்சு. இப்ப கப்பவரி கட்டுங்க..."

நாட்டாமைக்காரர் வேட்டித் தலைப்பில் முடிந்திருந்த காசுகளை எடுத்து நீட்டினார்.

தலைமை இரவாடிவித்தைக்காரர் வாங்க மறுத்தார்.

"அய்யாமாரே... இதெல்லாம் கட்டுபடியாகாது... முடுஞ்சு வச்சிருக்கிற நோட்டுகள எடுத்துப் போடுங்க... இல்லீன்னா இந்த தேரையே நகர்த்தவுடாம செஞ்சுட்டுப் போயுருவேன்..."

நாட்டாமைக்காரர் மறுபடியும் வேட்டித்தலைப்பை அவிழ்த்து ஒரு ரூபாய் தாளை எடுத்துப் போட்டார். தப்பட்டையும், முரசும்

அதிர்ந்து முழங்கின. கொம்புகள் உச்சஸ்தாயிக்கு ஊதப்பட்டன. நடனமாடும் இரவாடிவித்தைக்காரர்கள் ஊர் நாட்டாமைக்காரரைச் சூழ்ந்து கொண்டு நடனமாடினர்.

அன்றிரவு மூன்றாம் சாமம் கடந்த வேளை. தேருக்கு காவலிருந்த நெட்டையாண்டி இருண்ட ஆகாயத்தையும், கண்சிமிட்டும் விண்மீன் களையும் பார்த்தபடியே நேரத்தைக் கடத்திக் கொண்டிருந்தான். அப்போது காலடி சப்தம் கேட்டது. பார்வையைக் கூர்மையாக் கினான். நெசவாள முன்னோடும் பிள்ளை, நெசவாள இளந்தாரிகளை அழைத்துக் கொண்டு தேரைக் கடந்து கிழக்கு நோக்கிப் போனார். நெட்டையாண்டிக்குச் சந்தேகம் ஏற்பட்டது. சிறு இடைவெளிவிட்டு இருளில் அவர்களைப் பின் தொடர்ந்தான். அவர்கள் ஊருக்கு கிழக்கே ஆலந்தோப்பிற்குள் நுழைந்தனர். பாரம் சுமக்கும் கோவேறு கழுதைகள் மிரண்டு எழுந்தன. இரவாடி வித்தைக்காரப் பெண்கள் கல் அடுப்பில் மட்பாண்டங்கள் வைத்துச் சமைத்துக் கொண்டி ருந்தனர். துணிக் கூடாரத்திற்குள் இருந்து தலைமை இரவாடிவித்தைக் காரர் வெளியே வந்து கும்பிட்டார்.

"நெஜமாலுமே உன்னால தேர நகர்த்தாம செய்ய முடியுமா...?"

"என்ன அய்யாமாரே... இப்படி கேக்கறீங்க...?"

"செய்ய முடியுமா... முடியாதா...?"

"முடியும்.... ஆனா தெய்வ காரியமாச்சே..."

நெசவாள முன்னோடும்பிள்ளை கக்கத்தில் இடுக்கியிருந்த பட்டுச் சேலைகளை எடுத்து உதறி விரித்தார். சமையல் செய்யும் இரவாடி வித்தைக்காரப் பெண்கள் எல்லோரும் எழுந்து வந்து சூழ்ந்து பார்த்தனர். இளம் இரவாடிவித்தைக்காரன் சட்டெனப் பட்டுச்சேலை களை வாங்கிக் கொண்டான்.

"நாளைக்குத் தேர் நகராது அய்யாமாரே... அப்படி நகரணும்ன்னா நாங்க வரணும்..."

"நீங்க வரக்கூடாது... வெடியும்போது ஊரைவிட்டு வெகுதூரமா போயிரணும்..."

நெட்டையாண்டிப் பெரும் குழப்பத்திற்கு ஆளானான். நேராக கிளம்பி நாட்டாமைக்காரர் வீடு சென்றான். தூக்கச்சடைவுடன் நடைக்கு வெளியே வந்த நாட்டாமைக்காரரிடம் நடந்ததைச் சொன்னான்.

"ஏன்டா ஏதாச்சும் கனவு கீது கண்டயா என்ன ... எங்களுக் குள்ள கொசலம் சொல்ற வேலய வெச்சுக்காத..."

நெட்டையாண்டி மேற்கொண்டு நிற்காமல் தேர் நிலைக்கே வந்துவிட்டான். மறுநாள் இரவும் தேர் நகரவில்லை. வடம்பிடிப்

பவர்கள் அதிகமாகி இழுத்துப் பார்த்தனர். சிறு அசைவில்லை. நெட்டையாண்டி, இரவாடிவித்தைக்காரர்கள் வேலையைக் காட்டி விட்டனர் எனப் புரிந்துகொண்டான். ஆனால் நாட்டாமைக்காரர் புரிந்து கொள்ளவில்லை. பக்கத்து ஊர்களிலிருந்து ஆட்களைத் திரட்டி வந்து தொடர்ந்து தேரினை இழுக்க முயன்று கொண்டே இருந்தார். தேர் அப்படியே ஆணி அடித்தாற்போல் நின்று கிடந்தது. விடியற்காலை ஆகும்போது ஊர்சனங்கள் முகத்தில் பீதிப் படரக் கலைந்து போயினர். பகலில் நெசவாள முன்னோடும்பிள்ளை காவல் நிலையம் சென்று நாட்டாமைக்காரர் தேரில் பில்லி சூனியம் வைத்துக் கொண்டு ஊரை மிரட்டுவதாகப் புகார் கொடுத்தார். அதற்கடுத்த நாளும் தேர் நகரவில்லை. பகலில் ஜீப் ஒன்று தேர் நின்ற இடத்திற்கு வந்தது. கோவை ஜில்லா கலெக்டர் போலீஸுடன் இறங்கி வந்தார். தலைப்பாகையுடன் கருத்த தாடி வளர்த்திருந்த சிங் கலெக்டர் தேரைச் சுற்றிப்பார்த்துவிட்டு போலீஸ்காரர்களுக்கு ஏதோ உத்தரவிட்டார். போலீஸ்காரர்கள் ஜீப்பில் ஏறிக் கிளம்பிப் போயினர். அன்று சாயங்காலம் யானைகள் கொண்டுவரப்பட்டன. தேர் வடத்தை யானைகளின் காலில் கட்டி இழுக்கவைத்தனர். ஐந்து வடங்களும் முறுக்கி அறுந்துபோயின. தேரிடம் சலனமில்லை. ஊர்சனங்கள் மேலும் திகிலடைந்தனர். சிங் கலெக்டர் நாட்டாமைக்காரரைக் கூப்பிட்டார். நாட்டாமைக்காரர் ஓடிவந்து சிங் கலெக்டர் முன்பு பவ்வியமாகக் கும்பிட்டு நின்றார்.

“இன்னும் இரண்டு நாள் டைம் தர்றேன்... அதுக்குள்ள தேரை நகர்த்திடணும்... இல்லையின்னா தீ வைத்துக் கொளுத்திடச் சொல்லுவேன்...”

மேற்கு வானில் செந்நிறம் மறைந்து இருள் சூழ்ந்தது. ஊரில் இருந்து திசைக்கு ஒரு குதிரை வண்டி கிளம்பியது. சாட்டை நுனியால் அடிவாங்கிய குதிரைகள் வேகமெடுத்தன. விடியும் தருவாயில் வடக்கே சென்ற குதிரை வண்டியாட்கள் இரவாடிவித்தைக்காரர்கள் இருக்கு மிடத்தைக் கண்டுபிடித்தனர். நெட்டையாண்டியும், நாட்டாமைக் காரரும் அங்கு போனார்கள். ஓரத்துப் பாளையம் பக்கம் நொய்யல் ஆற்றங்கரைப் பனைத்தோப்பிற்குள் இரவாடிவித்தைக்காரர்கள் பதுங்கி இருந்தனர். தலைமை இரவாடிவித்தைக்காரர் நடுக்கத்துடன் பேசினார்.

“அய்யாமாரே... எங்க குறளிவித்தையால கட்டுவிக்கத்தான் முடியும்... ஆனா கட்ட அகற்ற முடியாது... வேணும்னா எங்களுக்கு குருவகுலை குடுத்த சாமீ இருக்காரு அவர்கிட்ட கூட்டிட்டுப் போறேன்... எங்களுக்கு இப்படியெல்லாம் அபகீர்த்தி நேருமுன்னு தெரியாது... எங்கள மன்னுச்சு அருளணும்...”

தலைமை இரவாடிவித்தைக்காரர் நெடுஞ்சாண்கிடையாக நாட்டாமைக்காரரின் காலில் விழுந்து பாதத்தைப் பற்றிக்கொண்டார்.

சென்னிமலை மேற்கு கணவாய்க்குச் சென்று குதிரை வண்டி நின்றது. சதுனிவெளவால்கள் பறந்து வட்டமிட்டுக் கொண்டிருந்தன. திரவகள்ளிகளும், மாவிலிங்க மரங்களும் முற்றி நின்ற வனத்திற்குள் தலைமை இரவாடிவித்தைக்காரர் மேலே கூட்டிப் போனார். வெப்பாலை மரத்து நிழலின் கீழ் நரி உறங்கும் குகை முன்பு மயில்தோகை மீது கோவணச்சாமியார் ஒருவர் நிச்சலனமாக உட்கார்ந்திருந்தார். தலைமை இரவாடிவித்தைக்காரர் கிட்டத்தில் போய் காதோரம் நடந்த விஷயத்தைச் சொன்னார். கோவணச் சாமியார் இலைகளைப் பறித்து பாறையில் தேர், ஒரு பெண், வீச்சரிவாள் என வரைந்து காட்டினார். தலைமை இரவாடிவித்தைக்காரர் பரவசத்துடன் சாமியார் காலில் விழுந்து கும்பிட்டு எழுந்தார்.

“சாமி உத்தரவு குடுத்திருச்சு... வாங்க போகலாம்...”

நெட்டையாண்டிக்கும், நாட்டாமைக்காரர்க்கும் ஒன்றும் விளங்கவில்லை. குதிரை வண்டியில் ஊர் திரும்பும்போது தலைமை இரவாடிவித்தைக்காரர் கேட்டார்.

“அய்யாமாரே ... சாமி என்ன சொல்லுச்சுன்னு புரிஞ்சுதா...?”

நெட்டையாண்டியும், நாட்டாமைக்காரரும் பதில் கூறாமல் பார்த்தனர்.

“பலநூறு வருசத்திற்கு முன்னால இதே மாதிரி தேர் நகராம போனபோது... எங்க ஆதி குரு செஞ்ச பரிகாரம்தான் சாமி வரைஞ்ச அந்தப் படம்... அப்ப ஆதி குரு குடகுராசாவிடம் முதல் மந்திரியாய் இருந்தாரு... பல்லவ தேசத்துல இருந்து வந்து கூப்புடுறாங்க... தேர்கிட்ட போயி பாத்தா குறளைப் பேய்கள் சக்கரத்த கெட்டியாய் புடுச்சுருக்கு... தன்னோட எல்லா சத்தியையும் தெரட்டிப் பாத்தாரு... ஏவல்ல கட்டுண்ட தேரு நகருல... அன்னைக்கு ராத்திரி நடையச் சாத்திகிட்டு அம்மன வேண்டினாரு... அம்மன் அசரீரியா ஆகாயவாக்கு சொல்லுச்சு... தலைச்சாம் புள்ளய கருவுற்றிருக்கும் கர்ப்பவதிய பலியிடுன்னு.... அந்த அர்த்த ராத்திரியில கர்ப்பவதிக்கு எங்க போவாரு... அதுவும் தலைச்சாம் புள்ளய கருவுற்றிருக்கிற கர்ப்பவதிக்கு... அப்பத்தான் அவருக்கு தம் பொஞ்சாதி கர்ப்பவதிங்கற ஞாபகம் வந்துச்சு... ஒடனே கூட்டிவந்து தேர்ப்பலி குடுத்து தேர நகர்த்துனா ராம்... அதுபோல தான் இன்னிக்கு நாங்க செய்யறது லேசுபட்ட காரியமில்ல...”

தலைமை இரவாடிவித்தைக்காரர் தேர்முன்பு அமர்ந்து படைய லிட்டு ஏவல் கட்டுகளை விரட்ட பூஜையைத் தொடங்கினார். ஊரே நிசப்தமாக கிடக்க மந்திர உச்சாடனங்களின் சப்தம் பயமுறுத்தும்படி இருந்தது. நெடுநேரம் கழித்து தலைமை இரவாடிவித்தைக்காரர் அச்சம் கலந்த குரலில் நாட்டாமைக்காரரைக் கூப்பிட்டார்.

"வேற வழியில்ல... குறளைப்பேய்கள் பலமா சக்கரத்த கவ்வியிருக்கு... கர்ப்பவதிய பலியிட்டாத்தான் அடக்க முடியும்..."

"அப்ப கலெக்டர் சொன்ன மாதிரி தேர கொளுத்தீருவோம்..."

"தேரக்கொளுத்துனா... குறளைகள் ஊரக் கொளுத்தீரும்..."

நாட்டாமைக்காரர் பயந்து நடுங்கினார். நெட்டையாண்டி ஒருகணம் யோசித்தான். தைரியமாக வீட்டிற்குப் போய் கனகாவைத் தூக்கி வந்தான். தலைமை இரவாடிவித்தைக்காரர் கலசநீரை அள்ளி கனகாமீது வீசினார். வீச்சரிவாளை ஓங்கிப் பிடித்து நின்றார். உதடுகளிலிருந்து வெளிப்பட்ட ஆக்ரோசமான மந்திரம் மௌனம் பூண்ட ஊர்வெளியை மீண்டும் கிழித்துக் கொண்டு பரவியது.

அந்த நேரம் நாற்சந்திக்கு குதிரை ஒன்று வாயில் நுரைதள்ள வந்து நின்றது. கோவணச்சாமியார் தீப்பந்தத்துடன் குதிரையிலிருந்து குதித்திறங்கினார். தலைமை இரவாடிவித்தைக்காரர் ஓங்கியிருந்த வீச்சரிவாளைப் பிடுங்கித் தூர வீசினார். ஏதோ சாடை காட்டினார். தலைமை இரவாடிவித்தைக்காரர் நெட்டையாண்டியிடம் சொன்னார்.

"சாமீயே... தேர நகர்த்ரன்னு சொல்லிருச்சு... நீ... உம்பொஞ்சாதிய தூக்கிட்டு ஊட்டுக்கு ஓடிரு..."

ஒருபோதும் இல்லாமல் அப்போது ஊரைச்சுற்றிலும் குள்ள நரிகள் ஊளையிட்டன. மயங்கிக் கிடந்த கனகாவைத் திண்ணையில் கிடத்திய நெட்டையாண்டிக்குப் பயம் எடுத்தது. வெளிமதில் கதவைச் சாத்திவிட்டு வீதியில் இறங்கி நடந்தான்.

*

நீண்ட வருட தேசாந்திரப் பயணம் முடிந்து ஊர் திரும்பிய நெட்டையாண்டி நேராகக் காமாட்சியம்மன் கோவிலுக்கு வந்தார். யாரோ வயதான சன்னியாசி என நினைத்து எவரும் அடையாளம் கண்டு கொள்ளவில்லை. இளம் பூசாரி ஒருவன் முள்பாத குறடின் மேல் நின்று சாமியாடிக்கொண்டிருந்தான். கணக்குகள் சொல்லிக் காணிக்கை பெற்றான். நடுச்சாமத்திற்குப் பின் சாமியாட்டம் ஓய்ந்தது. குறிகேட்க வந்தவர்கள் வாகனங்களில் ஏறிக் கலைந்தனர். திடீரென எங்கும் அச்சுறுத்தும் தனிமை. நாலுகால் மண்டப மூலஸ்தானத்தைப் பூட்டிவிட்டு வந்த இளம் பூசாரி, உருவாரக் குதிரையோரம் உட்கார்ந்திருந்த நெட்டையாண்டியைக் கண்டதும் அருகில் வந்தான்.

"இது சத்தியவாக்கான சாமீ... இங்க இராத்தங்கக் கூடாது..."

"தங்கினா சாமி என்ன பண்ணும்."

"சாமி ஒண்ணும் பண்ணாது. ஆனா... எங்க தாத்தோவோட சித்த சக்தி உங்கள உசுரோட விடாது..."

"நான் அதற்கெல்லாம் பயப்பட மாட்டேன்..."

"யோவ் பெருசு... கொஞ்ச நேரத்துக்கு முன்னால ஏஞ்சாமி யாட்டத்த பாத்தையில்ல... அது எப்படின்னு நெனைக்குற... எல்லாம் அவரோட அருளு..."

நெட்டையாண்டிச் சப்தமாக சிரித்தார்.

"அவரு சாதாரண சித்தரில்ல... ஊருக்காகக் கட்டிய பொண்டாட்டியவே தேர்ப்பலி கொடுக்க நெனச்ச மகான்..."

நெட்டையாண்டி மீண்டும் சப்தமாக சிரித்தார்..

"நீங்க இன்னும் நம்பலையில்ல... வீட்டுக்கு வாங்க, எங்க பாட்டியவே சொல்லச் சொல்றேன்..."

நெட்டையாண்டிப் பதில் கூறாமல் இருளில் இறங்கி நடந்தார். ஊரை எல்லாம் தாண்டி நடந்தபின்னால் கோவணச்சாமியார் தேரை நகர்த்தினாரா இல்லையா என்கிற சந்தேகம் அன்றைக்குப் போலவே இன்றைக்கும் எழுந்தது.

◯

நதிப் பிரவாகம்

அமராவதி ஆறு வடக்கு நோக்கிப் போனது. எங்கும் வெள்ளத்தின் பெரும் சப்தம். தண்ணீரின் உயரம் இருபது முழத்துக்கு மேல் இருந்தது. செந்நிறம் கலங்கிச் சுழித்து ஓடிற்று. இருமருங்கிலும் கரை மறைந்துவிட்டது. கரும்புவயல்கள் ஆற்றுநீரினால் மூழ்கிக் கிடந்தன. சில இடங்களில் தென்னந்தோப்புகளின் உச்சி மட்டுமே தெரிந்தது. ஆகாயத்தாமரைகளோடு கூட்டுவண்டிகளும் வைக்கோல்போர்களும் மிதந்து வந்தன. வேரோடு சரிந்த பெருமரங்களும் வீட்டின் மேற்கூரைகளும் அடித்துக் கொண்டு போயின. பரிசலின் அருகாமையில் ஆறடிநீளக் கட்டுவிரியன் புரளியடித்தபடி தத்தளித்துக்கொண்டு போயிற்று.

காளி நாலாத் திக்கும் கவனமாகப் பார்வையைச் செலுத்திக் கொண்டுத் துடுப்பை வலித்தார். சிலகணம் பரிசல் துடுப்பின் கட்டுப்பாட்டிலிருந்து நழுவியது. புதைசுழல் பரிசலைத் தூக்கித் தூக்கிப் போட்டது. குலுங்கிச் சுழன்றது. நீரின் போக்கு ஒரே சீராக இல்லை. தண்ணீரின் வரத்து அதிகரித்துக்கொண்டே இருந்தது.

திடீரெனப் பகலிருட்டு கட்டியது. காளி மேலே அண்ணாந்து பார்த்தார். ஆகாயம் இருண்டு வந்தது. கருத்த முகில்கள் தாழப் போயின. கூடிய சீக்கிரத்தில் கனமழை இறங்கக் கூடும் எனப்பட்டது. அதே நேரம் ஈரக்காற்று வீசியது. மழைத்துளி பொட்டுப் பொட்டென விழுந்தது. விரைவில் அடர்வு கொண்டது. தொலைவு தென்படவேயில்லை.

காளி பார்வையைக் கூர்மையாக்கினார். செத்து வயிறு உப்பிய பசுமாடு பரிசலை ஒட்டி மிதந்து கடந்தது. பரிசலின் நேர் பின்னே வேரோடு பெயர்ந்த பருத்த அரசமரம் நெடிய கிளைகளோடு வேகமாக மிதந்து வந்தது. பரிசலுக்கும் அரசமரத்துக்கும் இருபதடி தூரம்தான் இடைவெளி. அரசமரக் கிளைகள் நீர்ச் சுழலுக்கு அமிழ்வதும் எழும்புவதுமாக நெருங்கியது. பரிசல் அரச மரக் கிளைகளுக்குள்

சிக்கினால் தன்கதி அதோகதி தான். எப்படியாவது தப்பித்தாக வேண்டும். யோசிப்பதற்குக் கூட அவகாசமில்லை. பரிசலைவிட்டு வெள்ளத்துக்குள் குதித்தாலும் நிச்சயம் நீந்திக் கரையேற முடியாது. சுற்றிலும் விஷப்பாம்புகளும், தேள், பூரான் போன்ற விஷ ஜந்துகளும், முள்மரங்களும் தத்தளித்தபடி இருந்தன.

காளிக்கு முதன்முறையாக பயம் எழுந்தது. இந்த விபரீத விளையாட்டுத் தேவையா என ஒருகணம் தோன்றியது. அவள் சொன்ன அந்த ஒரு சொல் ஆறாத ரணமாக மனதை வாட்டியது. பெரும்விசையுடன் பரிசலை நெருங்கும் அரசமரத்திடமிருந்து தப்பிக்கும் வழியை யோசித்தபடி துடுப்பைச் செலுத்தினார்.

*

1966ஆம் ஆண்டு. கோடைக்கால அந்தி. நாணல்களும் தாழம் புதர்களும் சூழ்ந்த அமராவதி ஆற்றங்கரையோர மணல்மேட்டின் நடுவே நடத்தப்படும் கத்திக்கால் சேவக்கட்டு. நாவல்மர நிழல் படர்ந்த சேவக்கட்டுக் களமெங்கும் ஊர்சனங்கள் குழுமியிருந்தனர். பன்னிரண்டு வயது நிரம்பிய காளி ஏற்கனவே வென்றெடுத்த கோச்சைச் சேவலை நெஞ்சில் காவியபடி நின்றிருந்தான். தலை தொங்கிக் குற்றுயிராகக் கிடந்த கோச்சைச் சேவலின் கழுத்தில் கத்தி கீறிய இடத்திலிருந்து இன்னும் ரத்தம் சொட்டியது. அய்யா, வெற்றிச் சேவலான ஆவாரம்பூக் கீரிக்கு உள்ளங்கையில் நீரூற்றிப் பருகக் கொடுத்துக்கொண்டிருந்தார்.

அடுத்ததாகச் சேவல் நடுபவர்கள், மரநாற்காலியில் உட்கார்ந் திருந்த பெரியவீட்டுக்காரரிடமிருந்து பச்சைக் கால் காகத்தை வாங்கினர். எதிராக நடுவதற்கு எவரும் முன்வரவில்லை. பெரிய வீட்டுக்காரரின் செல்வாக்கு அப்படியானது. அமராவதி ஆற்றுக்கு இக்கரையில் புன்செய் நிலம் சூழ்ந்த நாற்பது ஊர்களும் அவரின் சொல்லுக்குக் கட்டுப்படும். நூறுவல்லப் பண்ணையத்துக்குச் சொந்தக்காரர். எதிலும் முதல்மரியாதை.

அந்தச் சமயத்தில் மணலுக்குள் சக்கரங்களின் ஆரக்கால் புதைய கூட்டுவண்டி ஒன்று வந்து நின்றது. வண்டியின் அடியில் ஈரத் துணியால் தொட்டில் கட்டி மூன்று கட்டுச்சேவல்கள் தொங்கின. வண்டியிலிருந்து கொத்துக்காரர் இறங்கி சேவக்கட்டுக் களத்தை நோக்கி வந்தார். அமராவதி ஆற்றுக்கு அக்கரையில் அத்தனை நஞ்சை வயல்களுக்கும் நடவு முதல் அறுவடை வரை வேலை செய்ய வரும் கொத்து ஆட்களின் பண்ணாடி. பெரும் ஆட்பலம் கொண்டவர். வேட்டைப் பிரியர். கொத்துக்காரரின் ஆட்கள் வண்டியின் அடியில் கட்டியிருந்த கட்டுச்சேவல்களை அவிழ்த்துக்கொண்டு வந்தனர். கொத்துக்காரர் தன் தடித்தடர்ந்த மீசையை ஒதுக்கி விட்டபடி பெரிய வீட்டுக்காரரைப் பார்த்தார்.

“என்ன பெரியவூடு.... பச்சைக்கால் காகம்தான் இன்னிக்கு எனக்கு மொதக் கோச்சையா...?”

“நெனப்புதான் பொழப்பக் கெடுக்கும்கிறதே கேள்விப்பட்டதில்லையா கொத்து...?”

பெரியவீட்டுக்காரர் மரநாற்காலியிலிருந்து எழுந்தார். பெரியவீட்டுக்காரரின் சேவல்கள் சடையபாளையம் வர்க்கம். பச்சைக் கால் காகம், பொன்றைக்கால் காகம், கருங்காகம் எனக் காகம் வகையறா.

கொத்துக்காரர் ஈரத்துணியை விலக்கி ஒவ்வொரு கட்டுச் சேவலாக வெளியே எடுத்தார். மூன்று கட்டுச் சேவல்களும் நாட்டுச் சேவல் வர்க்கம். நூலான், வெளுப்பு நூலான், காகவல்லூறு நூலான் என நூலான் வகையறா.

இருவரின் கட்டுச்சேவல்களும் ஒன்றுக்கொன்று சளைத்தவையில்லை. சரியான போட்டியாக இருந்தது. இருவரது ஆதரவாளர்களின் ஆர்ப்பரிப்புடன் சேவல்கள் மோதின. கட்டுச்சேவல் நடுபவர்கள் துரிதமாகச் செயல்பட்டனர். பொழுது இறங்கி வந்ததால் சேவல்கள் வேகம்வேகமாகக் கத்திகட்டி நடப்பட்டன. பெரியவீட்டுக்காரரின் மூன்றாவது சேவலையும் கொத்துக்காரரின் சேவல் வீழ்த்தியது. கோச்சை வென்ற வெற்றிச்சேவல்களைக் கொத்துக்காரரின் ஆட்கள் தூக்கி வைத்துக் கொண்டாடினர். பெரியவீட்டுக்காரர் தன் ஆட்களுடன் புறப்பட்டார். கொத்துக்காரர் கூட்டத்தைப் பார்த்துப் பேசினார்.

“பெரியவூடு போனாப் போவட்டும்... அவர்கூட வந்த வேற ஆராச்சும் எஞ்சேவல எதுத்து நடறதுனா நடலாம்...”

கலைந்து செல்லும் நிலையிலிருந்த கூட்டம் மௌனித்தது. மீண்டும் கொத்துக்காரர் செருக்கு மிகுந்த குரலில் பேசினார்.

“எல்லோரும் கூவற சேவலத்தானே கட்டுக்குக் கொண்டு வந்திருக்கீங்க... மொட்டு வெய்க்கிற பொட்டக் கோழிய கொண்டு வரலையே...”

கொத்துக்காரரின் ஆட்கள் சிரித்தனர். மறுபடியும் கூட்டம் மௌனித்தது. காளி மட்டும் சப்தமாகச் சொன்னான்.

“எங்க ஆவாரம்பூகீரிய நட்டா உங்க மூனு நூலானையும் கோச்சை எடுத்துரும்...”

எல்லோரும் ஒருகணம் காளியைத் திரும்பிப் பார்த்தனர். கொத்துக்காரர் கட்டுச்சேவல் நடுபவர்களைப் பார்த்துச் சொன்னார்.

“பரிசல்காரன் சேவலை வாங்கி நடுங்கடா...”

அய்யா கொத்துக்காரர் முன்பு போய் நின்று கையெடுத்துக் கும்பிட்டார்.

“சாமீ... பையன் வலுசப்பையன் தெரியாம சொல்லிட்டான்... என்னோட சேவலுக்கு ராஜாங்கத்து சேவல எதுக்கற வலுவில்லீங்க...”

கொத்துக்காரர் தன் ஆட்களிடம் சொன்னார்.

“வெளுப்புநூலானையே நடுங்கடா.... பரிசல்காரன் சேவல வீழ்த்த பட்சி சரியாய் இருக்கும்....”

அப்போது பெரியவீட்டுக்காரர் திரும்பி சேவக் கட்டுக்களத்திற்கு வந்தார்.

“வெறும் கோச்சைக்கு எதுக்கு இந்த சேவக்கட்டு... ஏதாச்சும் பந்தயம் கட்டுங்க...”

கொத்துக்காரர் ஆணவத்துடன் கம்பீரத்தொனியில் சொன்னார்.

“என் சேவல் தோத்துட்டா... செய்க்கிற பரிசல்காரனுக்கு கீகரையில ஆத்தையொட்டி முப்போகமும் வெளையிற வயலில் ஒரு ஏக்கரை எழுதி வைக்கிறேன்...”

பெரியவீட்டுக்காரரும் விட்டுக்கொடுக்காமல் பதிலுக்குச் சொன்னார்.

“பரிசல்காரன் சேவல நீ தோக்கடிச்சுட்டா... மேகரையில தலை மடைப்பகுதியில என்னோட வயலில் ஒரு ஏக்கரை உனக்கு எழுதி வைக்கிறேன்...”

கட்டுச்சேவல் நடுபவர்கள் முன்னே வந்து பேசினர்.

“இப்ப வெளிச்சம் மங்கிருச்சு... சேவக்கட்ட ஒரு வாரம் கழிச்சு வெச்சுக்கலாம்.... மூனு தடவ நடனும்... ஆரோட சேவல் அதிக கோச்சை எடுக்குதோ அவங்களுக்கு வயலு....”

மறுதினம் விடியலிலிருந்து அய்யா கட்டுச்சேவல்களைத் தயார் படுத்தத் தொடங்கினார். ஆவாரம்பூகீரி, மருவக்கால்கீரி, கருங்கீரி மூன்றையும் தனித்தனியே முகையவிட்டு பயிற்சி கொடுத்தார். கட்டுச் சேவல்கள் கால்களை நன்கு விசிற தினமும் சூரிய உதயத்துக்கு முன்பு ஆற்றின் மடுவுக்குத் தூக்கிப்போய் நீச்சல் பயிற்சியில் ஈடுபடுத்தினார். மூன்று சேவல்களும் அரைமணி நேரத்துக்கு மேல் நீந்திச் சலித்தன. அன்று பாறை மீது பேச்சரவம் கேட்டுக் காளியும், அய்யாவும் நிமிர்ந்து பார்த்தனர். பெரிய வீட்டுக்காரர் தன் ஆட்களுடன் நின்றிருந்தார்.

“இந்த சேவக்கட்டு... என்னோட மானப்பிரச்சனை... மேகரை தலைமடை வயலைக் காப்பாத்தறது உன் கையில்தான் இருக்கு...”

அய்யா பதிலேதும் பேசாமல் பெரியவீட்டுக்காரரையே வெறித்த படி நீருக்குள் நின்றார். பெரியவீட்டுக்காரர் ஆட்களுடன் போய் விட்டார்.

இரு தினங்கள் கழிந்தன. சாயங்காலத்தில் வெள்ளாட்டு கொட்டத்து மரக்காலில் கட்டியிருந்த கட்டுச் சேவல்களுக்குக் காளியும், அய்யாவும் நீரில் ஊறவைத்தக் கம்பு, ராகியைக் கலந்து மண்தட்டில் வைத்து தீனி கொடுத்துக்கொண்டிருந்தனர். வீதியில் கொத்துக்காரரின் கூட்டுவண்டி வந்து நின்றது. அய்யா எழுந்து கும்பிட்டார். கொத்துக் காரர் வண்டியிலிருந்து இறங்காமலேயே பேசினார்.

“இங்க பாரு பரிசல்காரா... நீ சேவல்கட்டுல நிபுணந்தான்... உன்னோட சேவல்களும் வீரமானவைதான்... ஆனா இந்த சேவல்கட்டுல என்னோட சேவல்கள்தான் செய்க்கனும்... நீ செய்ச்சா உனக்கு என்னோட ஒரு ஏக்கர் வயல் கிடைக்கும்... தோத்தா... பெரியவூட்டுக்காரரோட வயல் எனக்கு வரும்... அந்த வயல நான் உனக்கு தந்தர்றேன்... கொஞ்சம் புத்திய தீட்டி ரோசனை பண்ணிப் பாரு... இந்த சேவல்கட்டுல நாம ரெண்டுபேருமே செய்க்கலாம்....”

அய்யா கொத்துக்காரருக்கும் பதிலேதும் சொல்லவில்லை. எருதுகளின் கொம்புச் சலங்கையொலியுடன் கொத்துக்காரரின் கூட்டுவண்டி வீதி முக்கில் மறைந்தது. காளி அழுகை முட்ட அய்யாவிடம் கேட்டான்.

“இப்ப என்ன பண்ணறது... நாம செய்க்கவும் முடியாது... தோக்கவும் முடியாதே.... இது எல்லாத்துக்கும் நாந்தானே காரணம்...”

“இல்ல... இது எல்லாம் விதியோட வெளையாட்டு... சேவல்கட்டன்னைக்கு தீர்வு இருக்கு...”

சேவல்கட்டு தினம். காளி கண்விழித்து எழுந்த போது வீட்டின் வெளியே அய்யா தென்படவில்லை. கொட்டத்தில் கட்டுச்சேவல் களையும் காணவில்லை. ஆற்றுமடுவிற்கு அய்யா கட்டுச்சேவல்களை நீச்சல் பயிற்சிக்காகக் கொண்டுபோயிருப்பார் எனத் தோன்றியது. உடனே ஆற்றுமடுவுக்கு ஓடிப்போய் பாறை மீது நின்று கீழே பார்த்தான். தெளிந்த நீரில் சிப்பிலி மீன்கள் நீந்தித் திரிந்தன. அய்யாவையும் கட்டுச்சேவல்களையும் காணவில்லை. வீட்டுக்கு வந்து இளமதியம்வரை காத்திருந்தான். அய்யா கட்டுச்சேவல்களோடு வீடு திரும்பவில்லை. காளிக்கு சந்தேகம் ஏற்பட்டது. மறுபடியும் ஒருமுறை ஆற்றுமடுவைப் போய் பார்த்தான். ஆளின்றி நிசப்தமாகக் கிடந்தது.

காளிக்கு சேவல்கட்டுக்களம் ஞாபகம் வந்தது. சரநாணல் களையும், சம்புக்கோரைகளையும் விலக்கி ஆற்றங்கரையோரமாகவே ஓடினான். நாவல்மர நிழல் படிந்த சேவல்கட்டுக்களத்துக்குப் போனதும் காளிக்குப் பகீரென்றது. சேவல்கட்டுக்களத்தின் மத்தியில் மூன்று கட்டுச்சேவல்களும் கழுத்து அறுபட்டுக் கிடந்தன. ரத்தத் துளிகள் உதிர்ந்த இடத்தில் கட்டெறும்புகள் மொய்த்தபடி இருந்தன.

காளி குரலிட்டபடி அய்யாவைத் தேடினான். சுற்றும் முற்றும் பார்த்தான். ஏதோ விபரீதம் நடந்து விட்டதை உணரமுடிந்தது.

அந்தநேரம் வாடைக் காற்றுக்கு நாவல்மரக் கிளைகள் அசைந்து சலசலத்தன. கருநாவற்பழங்கள் காளி மீது விழுந்தன. காளி மேலே பார்த்தான். அய்யா வேட்டியால் தூக்குமாட்டி உச்சிக் கிளையில் தொங்கினார்.

* * *

அய்யாவின் காரியங்கள் முடிந்த பின்னால் தனிமை காளியை வதைத்தது. ஒற்றை ஆளாய் சமைத்துச் சாப்பிட்டான். மண்மொடாவில் இருந்த நெல்மணிகள் குறைந்துகொண்டே வந்து காலியாயின. உணவுக்கு வழியில்லை. உதவுவதற்கும் யாருமில்லை. பகலெல்லாம் ஆற்றுக்குப் போய் தூண்டில் போட்டு மீன் பிடித்துச் சுட்டுத் தின்று பார்த்தான். பசி அடங்கவேயில்லை. ஊரைவிட்டு ஓடும் முடிவெடுத் தான். அது ஐப்பசியின் துவக்கம். நல்ல வெயில். மழை கூடப் பெய்ய வில்லை. திடீரென ஒரு நண்பகலில் அமராவதியில் வெள்ளம் பெருகிவிட்டது. மேற்கே மலைக்கரட்டில் மழை கொட்டி அணையின் ஆறு மதகுகளும் திறந்து விடப்பட்டதாகப் பேசிக்கொண்டார்கள்.

அக்கரை வயல்களுக்கு நெல்நாற்று நடவுக்குப் போன இக்கரை கொத்து ஆட்கள் திரும்ப முடியாமல் மாட்டிக்கொண்டனர். சுற்றுவழியாக தாராபுரம் போய் பெரிய பாலத்தைக் கடந்து வரலாம் என்றாலும் சண்முக நதியின் காட்டுவெள்ளம் சேர்ந்துகொள்ள அந்தப் பாலமும் மூழ்கிவிட்டது. கரையோரத்தில் கூடி நின்று வேடிக்கை பார்த்துக்கொண்டிருந்த இக்கரை ஊர்சனங்களுக்கு என்ன செய்வ தெனத் தெரியவில்லை.

அந்தச் சமயத்தில் காளிக்கு ஆற்றில் வெள்ளம் வரும்போது அய்யா பாடும் பாடல் ஞாபகம் வந்தது.

“ஆத்தோரம் அத்திமரம்
அலைமோதும் அமராவதி
பாத்திருக்க நெல்விளையும்
பஞ்சம்தீர்க்கும் கொங்குநாடு...”

காளி அய்யாவின் தோரணையிலேயே பாடிக் கொண்டு வீட்டுக்கு ஓடினான். அய்யா செய்வது போலவே கொட்டத்து அட்டாலியில் கவிழ்த்து வைக்கப்பட்டிருந்த பரிசலையும், துடுப்பையும் தூக்கிக் கொண்டு ஆற்றங் கரைக்குப் போனான். ஊர்சனங்கள் வியப்பாகப் பார்த்தனர். பெரியவீட்டுக்காரர் தடுத்து எச்சரித்தார். காளி பரிசலை வெள்ளத்தில் இறக்கி ஏறி உட்கார்ந்தான். துடுப்பை வலித்தான். பரிசல் நீர்ச் சுழியில் குலுங்கி வெள்ளத்தின்போக்கில் அடித்துக் கொண்டு போனது. காளி விபரீத விளையாட்டில் ஈடுபடுவதாக ஊர்சனங்கள் பீதியடைந்தனர். அக்கரை போய்ச் சேர மாட்டான் எனத் தங்களுக்குள் பேசிக்கொண்டனர். அய்யாவின் நுணுக்கம் காளியின்

கைகளில் தெரிந்தது. சாதுரியமாகத் துடுப்பை வலித்து பரிசலைச் செலுத்தினான். அக்கரையில் தவிக்கும் கொத்து ஆட்கள் விசிலடித்துக் காளியை வரவேற்றனர். அய்யாவின் பாடலை அவர்களும் பாடினர்.

"கட்டு களங்காணும்
கதிர் உலக்கு நெல்காணும்..."

காளி பரிசலில் கொத்து ஆட்களை இக்கரை கொண்டுவந்து சேர்த்தான். அன்றிலிருந்து அப்பகுதிக்கு அடுத்த பரிசல்காரனாக மாறிப்போனான். அறுவடையின்போது பரிசல் கூலியாகக் கொடுக்கப் பட்ட நெல் மணிகள் மீண்டும் மண்மொடாக்களை நிறைத்தன. காளிக்கு கவலையில்லாமல் நாட்கள் கழிந்தன.

* * *

1977ஆம் ஆண்டு. புரட்டாசியின் இறுதி வாரம். அமராவதியில் மீண்டும் பெருவெள்ளம். கிளையாறுகளான சண்முகநதி, உப்பாற்றி லிருந்தும் பெருகிவந்த காட்டு வெள்ளமும் சேர்ந்து கொண்டது. கரையோர ஊர்களில் கனத்த சேதம். இரவு பகலென அணைக்காரர்கள் ஜீப்பில் வந்து எச்சரிக்கை செய்தபடி இருந்தனர். எந்நேரமும் காளியின் பரிசலுக்காக ஆட்கள் கரையோரங்களில் காத்துக் கிடந்தனர். மார்கழி முடிந்தும் கூட அமராவதியில் வெள்ளம் வடிய வேயில்லை. அணையிலிருந்து மதகுகளை அடிக்கடித் திறந்து விட்டுக் கொண்டே இருந்தனர்.

அன்று பொழுது கிளம்பிய வேளை. காளி பரிசலில் நெல் லறுப்புக்குச் செல்லும் கொத்து ஆட்களையெல்லாம் அக்கரைக்கு கொண்டு போய் இறக்கி விட்டபடி இருந்தான். அப்போது மணல் மேட்டில் உட்கார்ந்து வெயில் காய்ந்து கொண்டிருந்த பூநாரைக் கூட்டங்கள் திடீரெனக் கலைந்து பறந்தன. கொத்துக்காரர் பள்ளி மாணவி ஒருத்தியை அழைத்துக்கொண்டு இறங்கி வந்தார்.

அந்தப் பள்ளி மாணவி நல்ல அழகி. வெள்ளை ரவிக்கை, ஊதாத் தாவணி. இடுப்புவரை அலையும் நீள் கூந்தலைப் பின்னிப் போட்ட இரட்டைச்சடை. பருக்கள் நிறைந்த கன்னங்கள். செந்நிறக் கண்கள். காளி பரிசலைக் கரையோரம் நகர்த்திப்போய் நிறுத்தினான். கொத்துக்காரரும் அந்தப் பள்ளி மாணவியும் பரிசலில் ஏறி உட்கார்ந் தனர்.

"என்னடா அப்படிப் பாக்கறே... நம்ம அம்மிணிதான்... தெக்கே உண்டாரபட்டியில அவுங்க அத்தையூட்டுல படிச்சுக்கிட்டு இருந்துச்சு... வயசுப்புள்ள உனி நம்ம ஊட்டுல இருந்து படிக்கறதுதானே நல்லது... அதுதான் சங்கரண்டாம்பாளையத்து பள்ளிக்கோடத்துல சேர்த்துட்டேன்..."

இக்கரை வந்ததும் கொத்துக்காரரும், அந்தப் பள்ளி மாணவியும் அங்கு தயாராக இருந்த கூட்டுவண்டியில் ஏறிப் போயினர். சாயங்காலம் திரும்பி வரும்போதும் அவள் எதுவும் பேசவில்லை. அந்த வாரம் கடந்ததும் கொத்துக்காரர் கூட வருவதை நிறுத்திக் கொண்டார். அவள் மட்டும் தனியாக வந்து பரிசலில் ஏறினாள். பரிசல் நடு ஆற்றுக்கு வரும்வரை நீர்ச்சுழிப்பின் நுரைக் குமிழிகளையே பார்த்தபடி வந்த அவள் திடீரென நிமிர்ந்து காளியைப் பார்த்துக் கேட்டாள்.

"வெள்ளத்தைக் கண்டு உங்களுக்கு பயமில்லையா"

"எனக்கு நீச்சல் தெரியுமே..."

சிறிதுநேரம் கழித்து காளி கேட்டான்.

"உனக்கு பயமில்லையா...?"

"அதுதான் உங்களுக்கு நீச்சல் தெரியுமே..."

காளிக்குச் சிரிப்பு வந்தது. சட்டெனத் துடுப்பை நீரின் ஆழத்துக் குள் ஊன்றி பரிசலைச் சுழற்றினான். பின் துடுப்பை மேலே தூக்கிக் கொண்டான். பரிசல் வெள்ளத்தின் விசையோடு சுழன்றபடி தறிக்கெட்டு போயிற்று. அவள் பயந்து வீறிட்டு அழுவாள் என காளி எதிர்பார்த்தான். ஆனால், அவள் சாந்தமாகச் சிரித்தபடி உட்கார்ந் திருந்தாள். அக்கரையில் இறக்கிவிடும்போது காளி கேட்டான்.

"உன் பேரென்ன ...?"

"காளீஸ்வரி ..."

அவள் சொல்லிவிட்டு திரும்பித் திரும்பிப் பார்த்துக் கொண்டு மணல்மேடேறிப் போனாள். அப்போதும் பூநாரைக் கூட்டங்கள் கலைந்து பறந்தன. அந்த நாளிலிருந்து காளிக்கு எந்நேரமும் காளீஸ் வரியின் ஞாபகமாகவே இருந்தது. அவள் வருகைக்காகச் சதா பரிசல் துறையிலேயே காத்துக்கிடந்தான். அவள் கச்சாயமும், பூந்திலட்டும் கொண்டுவந்து கொடுத்தாள். பதிலுக்குக் காளி பாறைமடுவில் மூழ்கி விலாங்குமீன் பிடித்துச் சுட்டுக் கொடுத்தான். ஆனால், அவள் மீனை விரும்பவில்லை.

"எனக்கு ஒரு பூ மேல இஷ்டம்"

"என்ன பூ"

"சாமிக்கு வைக்காத பூ அது"

காளி ஏதேதோ பூவையெல்லாம் நினைத்துப் பார்த்தான். கண்டுபிடிக்க முடியவில்லை. பகலில் ஆற்றைக் கடந்த கொத்துக் காரரிடமே கேட்டான். கொத்துக்காரர் விடுகதையாகக் கூறினார்.

"வாய்க்காலோர வீட்டுக்காரி

வாசனையில் கெட்டிக்காரி

வா வான்னு கூப்பிடுவா

கிட்டப்போனா குத்திடுவா”

காளியினால் விடுகதையை விடுவிக்க முடியவில்லை. கொத்துக் காரர் பரிசலிலிருந்து இறங்கி விடை கூறாமலே போய்விட்டார். சாயங்காலம்வரை விடுகதை புதிராகவே நீண்டது. பள்ளிக்கூடம் விட்டு வந்த காளீஸ்வரி பரிசலில் ஏறும்போது, காளி விடுகதையைக் கூறி விடை கேட்டான்.

“இது எங்கப்பா அடிக்கடி போடற விடுகதை... தாழம்பூ...”

காளி சிரித்தான். காளீஸ்வரியும் தவறு புரிந்து சிரித்தாள். மறுநாள் காளி தாழமடல்களைச் சேகரித்துக் கொண்டுவந்து கொடுத்தான். அன்றிலிருந்து அவள் தாழம்பூ சூடி வந்தாள். அவளிடம் எப்போதும் தாழம்பூ வாசனை.

வெள்ளம் கொஞ்சம் கொஞ்சமாகத் தணியத் தொடங்கிய பங்குனி மாதம். காளி சூரிய அஸ்தமனத்தை நோக்கி வரிசை வரிசையாகப் பறந்து செல்லும் பூநாரைக் கூட்டங்களைக் கவனித்த படி இக்கரையில் அமர்ந்திருந்தான். பன்னிரெண்டாம் வகுப்பின் கடைசிப் பரிட்சையை எழுதிவிட்டு காளீஸ்வரி பரிசலுக்கு வந்தாள். முகம் சோர்வுற்று வாடியிருந்தது. நீரோட்டத்தில் பெருகியிருந்த மீன்களைப் பார்த்தபடியே வந்தவள் திடீரென குலுங்கிக் குலுங்கி அழ ஆரம்பித்தாள்.

“அத்தை பையனோட எனக்கு அடுத்தவாரம் நிச்சயதார்த்தம்...”

காளி துடுப்பை நீரின் ஆழத்தில் செலுத்தி பரிசலை நட்டாற்றி லேயே நிற்கும்படி செய்தான்.

“அப்பா கட்டுச்சேவல் வாங்க வடக்கே எங்கயோ போய்ட் டாரு... வர ரெண்டுநாள் ஆகும்... வூட்டுல தாத்தா மட்டுந்தான்... சாமத்துல ஊரடங்கினதும் நான் வாறேன்... எங்காச்சும் போய் பொழச்சுக்கலாம் ...”

காளி சரியெனத் தலையசைத்தான்.

* * *

நிசப்தமான ஆற்றுவெளி. முகில் மூடி விண்மீன்கள் வெளித் தெரியாத இரவு. அக்கரையில் காளி பரிசலோடு காத்திருந்தான். எங்கும் அடர்ந்த இருள். முதல் சாமம் கடந்தபோது மணல் மேட்டி லிருந்து அரிக்கேன் வெளிச்சம் ஒன்று கீழிறங்கி வந்தது. பெரிய வீட்டுக்காரர் ஓர் ஆளையும், இரு பெண்களையும் அழைத்து வந்தார்.

“சித்திரைச்சம்பா நாற்றங்கால் வேலை... இன்னும் முடியலை... இந்த பொண்ணுக பச்சப்புள்ளத்தாச்சி... கொழந்த பாலுக்கு தவிக்கும்... அந்தேட்டியில வுட்டிரு காளி...”

பெரியவீட்டுக்காரர் நிற்காமல் மீண்டும் அரிக்கேனுடன் வயலை நோக்கிச் சென்றுவிட்டார். காளியின் மனசு முழுவதும் காளீஸ்வரியை எதிர்பார்த்துத் தவித்தது. இருந்தபோதிலும் பெரியவீட்டுக்காரரின் சொல்லையும் தட்டமுடியவில்லை. அவர்கள் மூவரையும் பரிசலில் ஏற்றிக்கொண்டு இக்கரை வந்து இறக்கிவிட்டான். பின் பரிசலைத் திருப்பும்போது கூட்டுவண்டி படுவேகமாக கரையை நோக்கி வந்தது. வண்டியோட்டி சப்தமிட்டான். வண்டியிலிருந்து கொத்துக்காரர் இறங்கி பரிசலுக்கு வந்து ஏறி உட்கார்ந்தார். காளிக்கு நெஞ்சுக்குள் ஒருகூடை தீ விழுந்தது போல் ஆயிற்று. பாறையிடுக்குகளில் கத்தும் நீர்த்தவளைகளின் ஓசை தவிர ஆறு அமைதியாகக் கிடந்தது. பரிசல் அக்கரையை நெருங்க நெருங்க காளிக்கு பயமும் நடுக்கமும் தோன்றின. காளீஸ்வரி வராமல் போய்விட்டால் நல்லது என நினைத்தான். ஆனால், அவள் ஒயர்க்கூடைப் பையுடன் நின்றிருந்தாள். அதே தாழம்பூ வாசனை.

கொத்துக்காரர் பரிசலிலிருந்து இறங்கியதும் காளீஸ்வரி அச்சத்தில் உறைந்து போனாள். சற்றுநேரம் கொத்துக்காரர் எதுவும் பேசாமல் நின்றார். பின் திடீரென அவள் கன்னத்தில் ஓங்கி அறைந்தார். நிலைகுலைந்த அவள் ஈரமணலில் விழுந்து கையூன்றி எழுந்தாள். அதேவேளை மணல்மேட்டில் கூட்டுவண்டி வந்து நின்றது. பத்துக்கும் மேற்பட்ட கொத்துக்காரரின் ஆட்கள் அரிக்கேனுடன் இறங்கி வந்தனர். அதில் இருவர் காளீஸ்வரியைப் பிடித்து இழுத்துக் கொண்டு போய் வண்டியிலேற்றிப் புறப்பட்டனர். ஒருவித விசித்திரமான பீதியில் மனம் படபடக்க காளி நடப்பவைகளைச் சலனமின்றிப் பார்த்துக்கொண்டிருந்தான். கொத்துக்காரர் கேட்டார்.

“அம்மிணிய கூட்டிக்கிட்டு ஓட இருந்த பையன் ஆரு?”

“சொன்னா நீங்க என்னைக் கொன்றுவீங்க”

“சொல்லாம விட்டாலும் உன்னைக் கொல்லுவோம்”

“நாந்தான்”

ஆட்கள் காளியை அடிக்க நெருங்கினர். கொத்துக்காரர் தடுத்தார்.

“எங்க நீ உங்கப்பனாட்ட ஒரு கோழையோன்னு நெனைச்சேன். நீயொரு வீரன்னு நிரூபிச்சிட்டே. இனிமேல் புத்தியாப் பொழைச்சுக்க. புரியுமுன்னு நெனைக்கிறேன்.”

கொத்துக்காரர் ஆட்களுடன் போய்விட்டார். காளிக்கு எல்லாம் திட்டமிடாமல் அவசரகதியில் நடந்ததால் வந்த வினை என்று தோன்றியது. கொத்துக்காரர் காளீஸ்வரியை தெற்கே உண்டாரபட்டிக்கு அவளின் அத்தை பையனுக்கே கட்டிக் கொடுத்துவிட்டார். காளியினால் எதுவும் செய்யமுடியவில்லை. பருவமழைக் காலத்து வெள்ளத்தின்போது பரிசல் ஓட்டிக்கொண்டு வாழ்வு நகர்ந்தது.

* * *

1993ஆம் ஆண்டு. கார்த்திகையின் ஆரம்பம். நாளெல்லாம் இடைவிடாத புயல் மழை. மூன்று நதிகளிலும் கனவெள்ளம். பெரிய சேதம். கரையோர வயல்களும் தோப்புகளும் நீரில் மூழ்கிவிட்டன. கட்டுத் தரையிலிருந்த பசுக்களும், எருமைகளும், செம்மறிகளும் வெள்ளத்தில் அடித்துக்கொண்டு வந்தன. காளி பரிசல் போட சாத்தியமேயில்லை என வீட்டுத்திண்ணையில் அமர்ந்து கனத்துப் பெய்யும் மழையையே பார்த்தபடி இருந்தார்.

அப்போது டெம்போ வீதியில் வந்து திரும்பி நின்றது. கொத்துக் காரர் குடை விரித்தபடி இறங்கி வாசலில் வந்து நின்றார்.

"சண்முகநதிக்கும் அமராவதிக்கும் இடையே அம்மிணி தோட்டம் மாட்டிக்கிச்சு. வெள்ளம் கொஞ்சம் கொஞ்சமா சூழ்ந்துக்கிட்டு இருக்கு. நீ பரிசலோட வந்தீனா... காப்பாத்தீரலாம்..."

கொத்துக்காரர் கையெடுத்துக் கும்பிட்டார். காளி பரிசலோடு டெம்போவில் ஏறினார். கொட்டும் மழையில் தெற்கு நோக்கிய பயணம்.

பெரும் இரைச்சலுடன் ஓடும் சண்முகநதிக் கரையில் உண்டார பட்டிச் சனங்கள் திரண்டு வேடிக்கை பார்த்துக் கொண்டிருந்தனர். காளி நீண்ட போராட்டத்துக்குப் பின் மறுகரை போய்ச்சேர்ந்தார். பரிசலைவிட்டு இறங்கி கரும்புவயல் வரப்பில் நடந்தார். பூநாரைக் கூட்டங்கள் சேற்று நீரில் இறங்கி தவளை முட்டைகளைத் தேடிக் கொண்டிருந்தன. சீமையோட்டு வீடும், வாழைத்தோப்பும் நீரில் மூழ்கிக் கிடந்தன. காளியைக் கண்டதும் காளீஸ்வரியின் கணவர் கட்டுத்தரைக்குப் போய் பசுக்களையும், எருமைகளையும் தும்பைத் தறித்து முடுக்கினார். காளீஸ்வரி சாமான் மூட்டையையும், பூனைக் குட்டிகளையும் தூக்கிக்கொண்டு மகளுடன் நடந்தாள். நாய் பின்னே ஓடி வந்தது. சண்முகநதியில் வெள்ளம் மேலும் கூடியிருந்தது. காளி முதலில் காளீஸ்வரியையும் அவள் மகளையும் பரிசலுக்குக் கூப்பிட் டார். அவள் மகள் ஏற மறுத்து விட்டாள்.

"எனக்குப் பயமாயிருக்கு. நான் அப்பா கூடத்தான் வருவேன்."

காளி அவள் கணவனையும் மகளையும் பரிசலில் ஊர்க் கரைக்கு கொண்டு வந்து இறக்கிவிட்டுவிட்டு மறுபடியும் போனார். சாமான் மூட்டை, நாய், பூனைக்குட்டிகளோடு காளீஸ்வரி ஏறிக்கொண்டாள். ஒற்றைச்சடையில் தாழம்பூ மடல். அதே தாழம்பூ வாசனை. பரிசல் நட்டாற்றுக்கு வந்தது.

"ஏங்காளீஸ்வரி... எதுவுமே பேசாம வர்றே...?"

"என்னத்தப் பேச... நீயொரு கோழை..."

காளி ஒருகணம் அதிர்ந்து காளீஸ்வரியைப் பார்த்தார். அவள் ஏளனமாகப் புன்னகைத்தாள். அதன்பின்பு பரிசல் கரைசேரும் வரை காளி மௌனமாகவே வந்தார். ஆனால் அவள் சொன்ன வார்த்தைகள்

காளியினுள் திரும்பத்திரும்ப எதிரொலித்தது. காளீஸ்வரி நன்றிகூடச் சொல்லாமல் இறங்கிப் போனதும் வருத்தமளித்தது. பரிசலைத் தூக்கி டெம்போவில் ஏற்ற ஊர்க்காரர்கள் வந்தனர்.

காளிக்கு கோபவெறி மூண்டது. துடுப்பை வலித்து பரிசலைத் திரும்பவும் வெள்ளத்துக்குள் செலுத்தினார். கொத்துக்காரரும், ஊர்க்காரர்களும் சப்தமிட்டபடி கரையை நோக்கி ஓடி வந்தனர். அதற்குள் பரிசல் தடுமாறித் தடுமாறி வெள்ளத்தினூடே எட்ட நகர்ந்து விட்டது.

* * *

நீட்டிக்கொண்டு வந்த அரசமர நெடுங்கிளை ஒன்று பரிசலில் மோதியது. நீருக்கு மேலே தெரியும் வேர்ப்பகுதி பரிசலை நெருங்கிக் கொண்டிருந்தது. காளி சட்டென வெள்ளத்திற்குள் குதித்தார். பரிசலைப் பற்றியபடி வலப்புறக் கரையை நோக்கி நீந்த ஆரம்பித் தார். அரசமரம் நேராகச் சென்று முன்னே போனது. காளி உயிரைப் பணயம் வைத்துப் பரிசலை வெள்ளத்தில் ஓட்டி வந்தது எப்படியோ இருகரை ஊர்சனங்களுக்கும் தெரிந்துவிட்டது. காளியை ஒரு சாகச வீரனைப் போல பாவித்துக் கையசைத்தனர். ஊர் வந்து கரையேறும் போது பத்திரிக்கையாளர்கள் சூழ்ந்துகொண்டு புகைப்படமும் பேட்டியும் எடுத்தனர். ஆங்கிலத் தொலைக்காட்சி ஒன்று காளியை வைத்து ஆவணப்படம் எடுத்து வெளியிட்டுப் பிரபலப் படுத்தியது. காளீஸ்வரியின் சொல்லுக்கு மன ஆறுதல் பெற்றுவிட்ட பெருமிதம் காளிக்கு ஏற்பட்டது.

* * *

2017ஆம் ஆண்டு. சித்திரை மாதம். பேரமைதி வியாபித்திருந்த வைகறை. கூப்பனரிசி சோறு பொங்கிய காளிக்குத் தொட்டுக் கொள்ள நண்டுக் குழம்பு வைக்கலாம் எனத் தோன்றியது. கொட்டத்து அட்டாலியில் நண்டுபிடிக்க மூங்கில் கூடையை எடுக்கப் போனார். அங்கு நூலாம்படையண்டிக் கிடந்த பழுதாகிப் போன பரிசலைப் பார்த்தார். மனசுக்குள் என்றென்றும் அழியாததொரு சித்திரமாகவே நிலைத்துப்போன அந்த நதிப்பிரவாக காலத்துச் சம்பவங்கள் மீண்டும் ஞாபகம் வந்தன. பெருமூச்சுடன் மூங்கில்கூடையை எடுத்துக் கொண்டு கிளம்பினார்.

அமராவதி நீர் வற்றிப் போயிருந்தது. இருகரை மணலும் வலிக்கப்பட்டு மணல்மேடுகள் காணாமல் போயிருந்தன. சேவல் கட்டுக்களத்து நாவல்மரங்கள் பட்டுப் போய் நின்றன. நீர்ப்பச்சை உதிர்ந்த கூழாங்கல் தரையில் செத்த மீன்களின் செதில்களை வெகுகாலங் கழித்து ஊர் வழியே வலசை சென்ற பூநாரைக் கூட்டங்கள் உட்கார்ந்துக் கொத்திக் கொண்டிருந்தன. அக்கரையிலிருந்து கொத்துக் காரரும் காளீஸ்வரியும் இறங்கி வந்தனர்.

"வயலை பெரியவூட்டுக்காரர் மகனுக்கே வித்துட்டோம்... இன்னிக்கு கிரையம்..."

கொத்துக்காரர் சொல்லிவிட்டு முதுமையின் தள்ளாட்டத்துடன் நிற்காமல் நடந்தார். காளீஸ்வரி நின்றாள். நரை கொண்டையில் தாழம்பூ மடல். அதே தாழம்பூ வாசனை.

"இப்பவும் சொல்லுவே... நீயொரு கோழை..."

காளி அதிர்ந்துபோய் காளீஸ்வரியை நோக்கினார்.

"வீரனா இருந்தா... என்னைக் கலியாணம் பண்ணியிருப்பே... இல்லீனா... வேறொரு பொண்ணைக் கலியாணம் பண்ணி சந்தோசமா வாழ்ந்திருப்பே..."

காளீஸ்வரி அதே ஏளனப் புன்னகையுடன் கடந்து போனாள். காளியினால் மீண்டும் அவளின் ரணச் சொல்லைத் தாங்கிக் கொள்ள முடியவில்லை. பெருந் தனிமையில் கடக்கப்போகும் எதிர்காலத்தை நினைத்தபடி நதிப்பிரவாகமற்ற நதியில் அப்படியே நின்று கொண்டார்.

◯

நீலவானம்

1

மாடப்புறாக்கள் வான்நோக்கி எழும்பி தொலை தூரத்திற்குப் பறந்து போயின. வரையாடுகள் மிரட்சி கொண்டு கூட்டம் கூட்டமாகக் கலைந்து ஓடத்துவங்கின. சாம்பல்நிற மரஅணில்கள் தொடர்ந்துக் கிறீச்சிட்டன. கடம்பமரப் பூக்களைத் தழுவி வந்து கொண்டிருந்த தென்றல் காற்றில் திடீரென சந்தனத்தின் நறுமணம் வீசிற்று. பாறையிடுக்கில் விழுந்து கிடந்த காய்ந்த கடம்பமர விறகுகளைச் சேகரித்துக்கொண்டிருந்த இவன் திடுக்கிட்டு நிமிர்ந்து நோக்கினான். குற்றிலுப்பைக் கிளைகளை ஒதுக்கிக் கொண்டு துறவி ஒருவர் வேதகானம் பாடியபடி வடக்குத் திசையில் பயணம் போய்க் கொண்டிருந்தார். காவியுடையணிந்து கையில் கமண்டலமும், தண்டமும் தாங்கியிருந்தார்.

இவன் விறகுகளை அங்கேயே போட்டுவிட்டு பாறையிடுக்கி லிருந்து குதித்து, துறவியைப் பின்தொடர்ந்தான். மலையடிவாரத்தை நோக்கிக் கீழிறங்கிய துறவி குறிஞ்சிமலர் பூத்த வனத்துக்குள் நுழைந்தார். அங்கு தர்ப்பைப்புல் வேய்ந்த கூரை கொண்ட மண்சுவர் பர்ணசாலை ஒன்று தனிமையில் இருந்தது. துறவி மகிழம்பூக் கோலமிட்ட வாசற்படி முன்பு போய் நின்றார். நடைக்கு வெளியே இரு வளைக்கரங்கள் நீண்டன. காட்டுக்கனிகளையும் கிழங்குகளையும் துறவிக்குப் படைத்து விட்டு உள்ளிழுத்துக் கொண்டன. இவன் பலாச மரத்தின் பின்னே மறைந்து நின்றுகொண்டு பார்த்தபடியிருந்தான். துறவி பேசுவது காதில் விழவில்லை. திடீரென துறவியின் குரல் எட்டுத் திசையும் எதிரொலித்தது.

"பத்துத் தலை ராவணன் என்றால் தேவர்களும் நடுநடுங்கு வார்கள்... என் மீது காற்று விரைந்து வந்து மோதாது... என் முன்னிலையில் சூரியன் சூடு நிறைந்த தன் கிரணங்களை அடக்கிக் கொள்கிறான்... என்னைப் பார்த்த மாத்திரத்தில் நதிகள் ஓடாது நின்று விடுகின்றன..."

அந்நேரம் பெருங்காற்றில் மரக்கிளைகள் முறிந்து விழுந்தன. மலையெங்கும் கடும்பாறைகள் பெயர்ந்து உருண்டோடின. துறவி

பருத்த ராவணரூபம் பூண்டார். ராவணனின் கைவிரல்கள் விரிந்தன. பர்ணசாலையை மண்ணோடு பெயர்த்தெடுத்தான். இடியோசை எழுப்பிக்கொண்டு அருகில் பறந்த புஷ்பக விமானத்தில் ஏறினான். வானவெளியின் உயரத்துக்குப் போனான்.

"ஆபத்து... ஆபத்து... காப்பாற்றுங்கள்... காப்பாற்றுங்கள்..."

இவன் அன்னாந்து பார்த்துக்கொண்டு கூக்குரலிட்டபடி குறிஞ்சிப் புதர்களைத் தாண்டி தாண்டி ஓடினான். சட்டென அந்தரத்தில் பறந்தான். ஜடாயுவாக வடிவம் எடுத்தான். ஜடாயு புஷ்பக விமானத்தின் குறுக்கே போய் நின்றது. ராவணன் மீது பாய்ந்தது. கொடும்போர் ஒன்று நிகழ்ந்தது. ஜடாயுவுக்கு அலகு நறுக்கப்பட்டது. கால்கள் ஒடிந்து தொங்கின. சிறகுகள் முறிந்து விழுந்தன. குரல்வளை நெறிக்கப்பட்டது. மூச்சு முட்டியது. உயிர் போகும் தருணம்.

ராவண வேஷத்தில் இருந்த மாமா நாடகமேடையிலிருந்து கீழே குதித்தார். கூட்டத்தை விலக்கி இவனை நோக்கி வந்தார். ராவணனின் வலது கையில் சிறு குடில். குடிலுக்குள்ளிருந்து தீனமான குரலில் நிர்மலாவின் கதறல்.

"மச்சான் என்னைக் காப்பாற்றுங்கள்... மச்சான் என்னைக் காப்பாற்றுங்கள்..."

நிர்மலா தொடர்ந்து கதறிக்கொண்டே இருந்தாள். ராவணனின் காலடி பட்டு தரையில் புழுதிப் படலம். நாடகம் பார்த்துக் கொண்டிருந்த ஊர்சனங்கள் அச்சத்தில் நாலாத்திக்கிலும் கலைந்து ஓடினர். கூட்டத்தின் மத்தியில் உட்கார்ந்திருந்த இவனை ராவணன் நெருங்கினார். இவனால் சட்டென எழ முடியவில்லை. ராவணனின் சுண்டுவிரல் இவனைப் பூமிக்குள் அழுத்தியது. இவன் பெருங்குரல் எடுத்து சப்தமிட்டான்.

"நிர்மலா... நிர்மலா..."

இவனுக்கு கால்கள் உதறின. யாரோ உலுக்குவது போல உணர்ந்தான். கட்டில் கால்மேட்டில் அம்மா நின்றிருந்தாள். இவன் எழுந்து அமர்ந்தான். சுவாசம் சாந்தமடையவில்லை. அம்மாவையே பார்த்தான்.

"பொழைக்கற குடியானவன் பொழுது கௌம்பற வெரைக்கும் தூங்கினா, இப்பிடி வெட்டியா கனவு காணவேண்டியதுதான்..."

அம்மா முறைத்தபடி சமயக்கட்டுத் திண்ணையேறிப் போனாள்.

2

தொலைவில் மயில் கூட்டம் அகவிற்று. நெருஞ்சி முட்கள் இறைந்து கிடந்த புழுதிக் காட்டின் ஊடாக ஒற்றைக்கால் தடம்

போனது. இவன் நாய்ச்சோற்றுப் போசியை சுமந்தபடி நடந்து கொண்டிருந்தான். கனவின் ஞாபகம் நீங்க மறுத்தது. விடியக்காலை கனவு வேறு. பலன் என்னவாக இருக்கும் என அப்புச்சியிடம் கேட்க வேண்டும் என்று நினைத்துக்கொண்டான். எங்கும் ஏறுபொழுதின் வெயில். குருத்துச் சாய்ந்த தென்னைகளின் நிழல்கள் தூண்தூண்களாக மேற்குப் பார்த்து நீண்டு படிந்திருந்தன. காய்ந்த தென்னை மரத் துண்டில் பொந்து தேடி வந்த பச்சைக்கிளிகளும் பனங்காடைகளும் ஒன்றோடு ஒன்று சண்டையிட்டபடி உரத்துக் குரலிட்டுக் கொண் டிருந்தன.

வடபுறம் பனைச்சால்களுக்கு அப்பால் மாமாவின் தோட்டத் திலும் நெடிய தென்னைகள் மட்டை தொங்கி நின்றன. அதைத் தாண்டி ஊர் வரை எங்கும் மழையற்ற வறண்ட செம்மண்வெளி. கோடைக் காற்றின் அகோர விசை. கடந்த இரு வருடங்களாகவே தொடர்ந்து மழை பொய்த்து விட்டது. கார்மழை, பருவ மழை என எதுவுமே கனத்து இறங்கவேயில்லை. ஒரு தடவை கூட சரிவு வெள்ளம் ஓட மழை பெய்யவில்லை. இலையுதிர்ந்து சொடுங்கி நின்ற பருத்திமார் களிடையே போர்வெல் குழி தென்பட்டது. இவன் சாக்குப் படுதாவைப் போட்டு மூடி கட்டி வைத்திருந்தான். ஆடி மாத ஆரம் பத்தில்தான் ஆயிரத்து முந்நூறு அடிவரை போர்வெல் ஓட்டினான். வெறும் வறப்புழுதியாகவே போயிற்று. கைக்காசு போக இரண்டு லட்சம் கடனும் ஆகிவிட்டது.

இவன் பருத்திக்குட்டை வரப்பைத் தாண்டி நடந்தான். கிழக்குவெளி ஊர்ப் பக்கமிருந்து எவர் தோட்டத்திலோ போர்வெல் ஓட்டும் சப்தம் வந்தது. இந்தச் சுற்றுவெளி எங்கும் போர்வெல் குழிகள் பெருகிவிட்டன. நிலத்தடிநீரை ஆயிரத்து ஐந்நூறு அடிக்கு கீழே கொண்டுபோய்விட்டார்கள். நாள்தோறும் எங்காவது ஒரு தோட்டத் தில் போர்வெல் வண்டி வந்து நின்று ஓடிக்கொண்டேயிருந்தது. தண்ணீர் பொத்ததாகப் பேச்சே இல்லை. தென்னந்தோப்புகளைக் காப்பாற்றக் குடியானவர்களுக்கு வேறு மார்க்கமும் தெரியவில்லை.

இவன் தூரத்தில் வருவதைக் கண்டதும் பட்டியக் கிடை செம்மறிகள் கத்தத் துவங்கிவிட்டன. பட்டி செம்மிநாய்ச் சங்கிலியை இழுத்தபடி முன்னங்காலால் மண்ணை வாரியது. தற்போது ஆவணி மாதத்தின் கடைசி வாரம். இதுவரை ஆகாயத்தில் மழைக்கான எவ்வித முகாந்திரமும் இல்லை. கருத்த முகில்கள் கூடிய தருணம்கூட ஏனோ சட்டென மாயமாய் கலைந்து போய் நீலவானம் தெரிந்தது. செம்மறிகளின் பாடுதான் பெரும்பாடு. வறப்பொருக்கல்களில் எல்லாம் செங்கரையான்கள் ஏறிவிட்டன. ஒருவாய் மேயவே வாய்ப்பேதுமில்லை. மண்ணை உழும்பி செவ்வருகு வேர்களைத் தேடித் தின்றன.

இவன் நேராக தொண்டுப்பட்டிக்குச் சென்றான். கல்பண்ணை யில் நாய்ச்சோற்றை ஊற்றினான். போர்ப் பட்டறையில் நிலக் கடலைக் கொடி தீர்ந்துவிட்டது. வண்டிச்சாய்ப்புக்குள் குவித்திருந்த விதையடித்த சூரியகாந்தி ரக்குகளும் காலியாகியிருந்தன. இன்று செம்மறிகள் பசியாற என்ன வழியென்றே யோசித்தபடியே சிறிது நேரம் அப்படியே நின்றான். மீண்டும் செம்மறிகள் கத்த ஆரம்பித்து விட்டன.

இவன் வண்டிச்சாய்ப்பின் ஏறப்பில் சொருகியிருந்த கொடு வாளை உருவி எடுத்தான். முருங்கைமுட்டியில் வெங்கிக்கல் பொடியை நுணுக்கிப்போட்டு பதம் தீட்டினான். பட்டியக்கிடை போய் செம்மிநாயைச் சங்கிலியிலிருந்து கழற்றிவிட்டான். வாலைக் குலைத்த செம்மி கல்பண்ணை நோக்கி ஓடிற்று. இவன் பட்டித் தரம்பைத் திறந்து செம்மறிகளை வெளியே முடுக்கினான். நேராகப் பனைச்சாலடிக்கு போனான். சட்டையைக் கழற்றி இளம் பனங் கருக்கின் மீது வீசிப்போட்டான். வேட்டியை மடித்து தாராக் கோவணம் கட்டினான். இடுப்பில் கொடுவாளைச் சொருகிக் கொண்டான். மேலே அண்ணாந்து பார்த்துவிட்டு பச்சைக் குருத் தோலை தெரிந்த பனையொன்றில் தாவி ஏறினான். நெஞ்சில் மரக்கருக்கு படாமல் இருக்க கையின் ஆதரவிலேயே மேலேறினான். பனைக்கு இரண்டு குருத்தோலைகள் விழுந்தன. பசி தாளாத செம்மறிகள் ஓடி வந்து பனையோலைகளைக் கடிக்க முயன்றன.

இவன் நான்காவது பனையில் மேலேறும்போது வடபுறம் மாமா தோட்டத்தைப் பார்த்தான். அப்புச்சி தடியூன்றிக்கொண்டு வரப்பில் தெற்கே வந்துகொண்டிருப்பது தெரிந்தது. மாமா வீட்டின் முன்பு ஊர்சனங்கள் சிலர் நின்றிருந்தனர். முழுமாதக் கர்ப்பிணியாக இருந்த நிர்மலாவுக்கு பிரசவம் ஆகியிருக்கக் கூடும் என நினைத்தான். குருத்தோலையைப் பிடித்து அறுக்கும்போது செங்குளவிகள் மொய்த்துக் கடித்தன. காய்ந்து தொங்கிய அடிமட்டையின் நுனியில் வெள்ளைநிற கூடெங்கும் செங்குளவிகள் ஒட்டியிருப்பதை அப்போது தான் கவனித்தான். இவன் அவசரமாகக் கீழே இறங்கினான். செங்குளவிகள் அடிமரம் வரை பறந்து வந்து கொட்டின. அதற்குள் அப்புச்சி கிளுவை வேலிக்கு அந்தப் பக்கமாக நின்று கூப்பிட்டுக் கொண்டே இருந்தார்.

"பாலுக்குட்டி... பாலுக்குட்டி..."

செம்மறிகள் பனையோலைகளைப் புழுதியில் எட்ட இழுத்துப் போயிருந்தன. தரித்துப்போடும் வரைகூட காத்திருக்கவில்லை. இவன் கொடுவாளை புழுதியில் வீசிவிட்டு கிளுவை வேலிப் பக்கம் போனான். கிளுவை முட்களிடையே அப்புச்சி குலுங்கி குலுங்கி அழுவது தெரிந்தது. இவன் ஒருகணம் குழம்பிப் போனான்.

“என்னாச்சு அப்புச்சி...”

“நம்ம நிர்மலாவுக்கு சாமத்துல பிரசவவலி எடுத்திருச்சுடா... பிளசர் வந்து தாராபுரம் ஆசுப்பத்திரிக்கு கூட்டிட்டுப் போச்சு... அங்க முடியாதுன்னுட்டாங்களாம்... இப்ப கோயமுத்தூர் ஆசுப்பத்திரி போயிருக்கறதா சொல்றாங்க...”

அப்புச்சி உடைந்துபோய் மேலும் அழுதார். இவன் நிர்மலா வுக்கு ஏதோ ஆபத்து என்பதைமட்டும் உணர்ந்தான். அங்கிருந்து நகர்ந்து புழுதியில் கிடந்த பனை நிழல் ஒன்றில் போய் உட்கார்ந் தான். நிர்மலாவை இந்த நிலைமையில் கூடப் போய்ப் பார்க்க முடியாதச் சூழலை நினைத்தபோது பெருங்கவலைத் தொற்றியது. உள்ளுக்குள் அமைதியின்மை பரவிற்று. தொடுவானம் வரை எங்கும் ஒரே மாதிரி கவிழ்ந்து கிடக்கும் நீல வானத்தைப் பார்த்த படியே இருந்தான்.

3

கோடைக்கால கொக்குகள் மேற்குப் பார்த்து கூட்டம் கூட்டமாகப் பறந்து போயின. வெளித்திண்ணையில் அமர்ந்திருந்த இவனும் நிர்மலாவும் ஒருசேரப் பாடினர்.

“கொக்கே கொக்கே... பூப் போடு... கோவிலுக்கு வந்து பூப் போடு...”

இருவரும் நகக்கண்கள் தெரியாமல் உள்ளங்கையில் நாம்பிக் கொண்டனர். மூன்று முறை எச்சில் துப்பி, விரல்களை விரித்து நகக்கண்களைப் பார்த்தனர். இவன் நகக்கண் ஒன்றில் வெள்ளைப் பூ விழுந்திருந்தது. நிர்மலா நகக்கண்களில் எதுவுமில்லை. இவன் எழுந்து வாசலில் குதித்து குதூகலித்தான். நிர்மலா பெருங் குரலெடுத்து அழத் தொடங்கினாள். நித்யாவை இக்கத்தில் இடுக்கியபடி கணேசனுக்கு நடைவண்டி பழக்கிவிட்டுக் கொண்டிருந்த மாமா கிட்டத்தில் வந்தார்.

“உங்க புருஷும் பொண்டாட்டி சண்டையை காலங்காத்தாலயே ஆரம்பிச்சுட்டிங்களா... போய் குளிங்க... பள்ளிக்கோடத்துக்கு நேரமாகுது...”

நிர்மலா பின்கட்டுக்கு ஓடி இவன் குளிக்க சுடுதண்ணீர் காயவைத்தாள். உடுத்துவதற்கு பள்ளிச் சீருடை எடுத்து வைத்தாள். அதன்பின்பு நிர்மலா தயாரானாள். அதனால் இன்னும் தாமதமானது. அதற்குள் மாமா வெளி திண்ணையிலிருந்து மிதிவண்டியை இறக்கி யெடுத்து வாசலில் நிறுத்தியபடி மணி அடித்துச் சப்தமிட்டார்.

“வர்றீங்களா... வரலையா... நா வுட்டுட்டுப் போகட்டுமா...?”

ஒவ்வொரு நாளும் கேலி செய்வதுபோல அன்றும் அத்தை நிர்மலாவைக் கேலி செய்தாள்.

"அவ எப்படி சீக்கிரம் கௌம்ப முடியும்...புருசனத் தாட்டி உட்டுட்டுத்தானே அவ கௌம்புவா..."

இவனுக்கும் நிர்மலாவுக்கும் வெட்கம் சூழ்ந்தது. நிர்மலா மிதிவண்டியின் முன்னாலும், இவன் பின்னாலும் ஏறி அமர்ந்தனர். அப்போது மாமா தலைமையாசிரியராகப் பணிபுரிந்த சங்கரண்டாம் பாளையம் பள்ளிக்கூடத்திலேயே இருவரும் படித்து வந்தனர். மாமா மிதிவண்டியை வேகமாக மிதித்தார். பருவமழை இறங்காத காலம். புரட்டாசி முடிவுற சில தினங்களே இருந்தன. முந்தின இரவுதான் ஊர்க்கூட்டத்தில் மழை வேண்டி நீலியம்மனுக்கு பச்சைத் தடுக்கு பந்தல் வேய்ந்து, பொங்கல் வைத்து, மாவிளக்கு எடுக்க ஏற்பாடாகியிருந்தது. கூலி வளவு ஆட்கள் வீதியை நறுவிசு செய்து கொண்டிருந்தனர். ஊர் கடந்தபின் தார்ப்பாதையில் மிதிவண்டி ஏறிற்று. எல்லாநாளும் போலவே அன்றும் மாமா ராவணன் கதையைத் தொடர்ந்தார்.

"நேத்து எங்கடா விட்டோம்...?"

"அசோகவனத்துல சீதை ராவணனுக்கு அறிவுரை கூறுவா..."

"அதுக்கு ராவணன் சொல்லறான்... மன்னிக்க முடியாத பேச்சை நீ பகர்கின்றாய். உன் மீது நான் வைத்திருக்கிற அளவு கடந்த அன்பின் காரணமாக உன் பேச்சை நான் சகித்துக்கொண்டிருக்கிறேன். எவ்விதத்திலும் நான் உனக்கு இரண்டு மாதம் தவணை தருகிறேன். அதற்குள்ளாக நீ என் மனைவியாகத் தீர்மானித்து என்னுடன் படுத்துறங்...."

அந்தச் சமயத்தில் வெள்ளை அம்பாசிடர் எதிரில் வந்து வழிமறித்து நின்றது. கதர்க்கடை பெரிய வாத்தியார் இறங்கி மிதிவண்டி அருகில் வந்தார். கண் கலங்கியபடி பேசினார்.

"மாப்பிள்ளையை லாரி அடிச்சிருச்சு..."

மாமாவின் முகம் சட்டெனக் கலவரமடைந்தது. விரைவாக இவனையும் நிர்மலாவையும் பள்ளிக்கூடத்தில் விட்டுவிட்டு காரில் ஏறிப் போனார். சாயங்காலம் அப்புச்சி வந்து வீட்டுக்கு கூட்டி வந்தார். வீடு நிசப்தம் பூண்டது. அந்த வாரமெல்லாம் மாமா வீட்டுக்கு வரவேயில்லை. நீலியம்மன் சாட்டு முடிந்திருந்த மறுதினம், அந்தி வெளிச்ச நேரம் அதே வெள்ளை அம்பாசிடர் வீதியில் நுழைந்து வாசலில் வந்து திரும்பி நின்றது. முன் கதவைத் திறந்து மாமா இறங்கி பின்கதவைத் திறந்துவிட்டார். தம்பி கணேசனுடன் இறங்கிய அம்மா ஓடிப் போய் திண்ணை வாசற்படி மீது நின்ற அப்புச்சியைக் கட்டிக்கொண்டு அழுதாள். அப்புச்சிக்கும் அழுகை வந்துவிட்டது. கண்கள் தளும்பின.

மாமாவும், கார் ஓட்டுநரும் அப்பாவைத் தூக்கிவந்து வெளித் திண்ணையில் உட்கார வைத்தனர். இவன் அப்போதுதான் அப்பா வைப் பார்த்தான். அப்பாவுக்கு இரு கால்களும் எடுக்கப்பட்டிருந் தன. கார் டிக்கியிலிருந்து மடக்கிய சக்கர நாற்காலி இறக்கப் பட்டது. அன்றிரவு உச்சிவானில் மின்னல் விட்டுவிட்டு மின்னிக் கொண் டிருந்தது. ஆசாரத்துத் தூணில் சாய்ந்து உட்கார்ந்து மழை பெய் வதைப் பற்றி பேசிக்கொண்டிருந்த மாமா திடீரென அப்பாவிடம் சொன்னார்.

“மாப்புள்ளே, நீங்க எதற்கும் கவலைப்படாதீங்க. நா பொறக்கும் போதே பெத்தவள முழுங்கிட்டுப் பொறந்தவன். தாய்ப்பாலு குடுக்கலையே தவிர, ஒரு தாயா இருந்து என்னை வளர்த்து ஆளாக்கினது எங்கக்கா. அவள இந்த நெலமையில பாக்க என்னால தாங்க முடியல. எனக்கும் ரெண்டும் பொட்டப் புள்ளைக... இதுக பாலுவுக்கும் கணேசனுக்கும்தான். இப்பவே இந்த வீட்டையும் தோட்டத்தையும் சீதனமாக குடுத்ததாகவே நெனைச்சுக்குங்க. இது ஏதோ நா சாமத்துல உளர்ற வெட்டி வார்த்தையில்ல. நெஜமான வார்த்தை.”

இடி இடித்தது. சீமையோட்டுக் கூரைமீது பொட்டு பொட் டெனச் சில துளிகள் விழுந்தன. கருமுகில்கள் கலைந்து போயின. மழை இறங்கவேயில்லை. அந்த வருஷம் பள்ளி அரைப் பரிட்சை விடுமுறை விட்டாயிற்று. தூங்கி எழுந்ததிலிருந்து இருளாகும் வரை இவனும் நிர்மலாவும் சலிக்காத விளையாட்டுத்தான். அன்று கீழ்வானம் செங்காரி கட்டியிருந்தபோதே இருவரும் எழுந்து ஊர்த் தலைவாசல் கடந்து மந்தைத் தரிசுக்கு ஓடினர். பட்டாம்பூச்சி பட்டம் விடும் விளையாட்டு. தரிசுவெளியில் தும்பைகள் அழிவுற்றதால் தேர்ப் பட்டாம் பூச்சிகள் தென்படவேயில்லை. நிர்மலாவின் முகம் சோர்ந்து போயிற்று. உடனே இவன் கேட்டான்.

“அப்ப நாம தட்டாம்பூச்சிப் பட்டம் விடலாமா...? .”

நிர்மலா புரியாமல் இவனைப் பார்த்தாள். இவன் நிர்மலாவின் கையைப் பிடித்து இழுத்துக்கொண்டு தோட்டத்திற்கு ஓடினான். கிணற்று மேட்டைச் சுற்றிலும் கொத்தவரைப் பாத்திகள். அதன் ஈரவரப்பெங்கும் புற்களில் ஊசித்தட்டான்கள் ஓடுவதும் பறப்பது மாக இருந்தன. நிர்மலா ஆள்காட்டிவிரலையும், பெருவிரலையும் மெல்ல நீட்டி ஒட்டியிருக்கும் ஊசித்தட்டான்களை லாவகமாகப் பிடித்தாள். இவன் பிடித்த ஊசித்தட்டான்களை செவ்வெறும்புக் குழியில் கொண்டுபோய் வைத்தான். செவ்வெறும்புகள் கடிக்க ஊசித்தட்டான்கள் மீது ஏறிக்கொண்டன. பின் இவன் ஊசித் தட்டான்களைப் பறக்கவிட்டான்.

“எறும்பு ஏரோப்பிளேன்ல போகுது டோய்...”

இவனும் நிர்மலாவும் கைதட்டி ஆர்ப்பரித்தனர். அடுத்ததாக ஊசித் தட்டான்களின் வால் நுனியில் நூலைக் கட்டி பட்டம் பறக்கவிட்டனர். பொழுது மேலேறியிருந்தபோது கடவுப்படல் பக்கம் நின்று அம்மா கூப்பிட்டாள். வீட்டுக்குப் போனபோது டெம்போவில் சாமான்கள் ஏற்றப்பட்டிருந்தன. அதே வெள்ளை அம்பாசிடரில் நிர்மலாவையும் கூட்டிக்கொண்டு மாமா போய் விட்டார். இவனுக்கு விழிகளில் நீர் கோர்த்தது. வீட்டுக்குள் ஓடிப்போய் கட்டிலில் குப்புறப்படுத்து அழுதான். சற்று நேரம் கழித்து உள்ளே வந்த அம்மா இவன் தலையைக் கோதியபடியே சொன்னாள்.

“மாமாவ காங்கேயம் பக்கந்தானே மாத்தியிருக்காங்க... சீமைக்கா மாத்திட்டாங்க. நீ அழக் கூடாது.”

4

மாசி அமாவாசை தினம். இவனைக் கூட்டிக்கொண்டு அப்புச்சி மானாவாரிக் கொறங்காட்டுவெளியில் நடந்தார். ஒரு காட்டுக்கும் இன்னொரு காட்டுக்கும் இடையே இருந்த கிளுவை வேலியில் தொக்கடா இருந்தது. ஏறி ஏறிக் குதித்துக் குதித்துப் போனார்கள். வேலாமரங்கள் இலையுதிர்ந்த காலம். கல்கூடுகளில் முட்டையிட்டு அடைப்படுத்திருந்த ஆள்காட்டிகள் பறந்து அபயக் குரலிட்டன. சூரியநல்லூர் பெரியதனக்காரர் தென்னந்தோப்பில் கோம்பை நாய்கள் காவலிருந்தன. பண்ணையத்து ஆட்கள் ஈரவாய்க்கால்களில் விழுந்து கிடந்த முற்றிய வறத்தேங்காய்களை பொறுக்கி சாக்கிலிட்டுக் கொடுத்தனர். பட்டா வண்டியில் பாரமேற்றித் திரும்பி வரும்போது வழிநெடுக அப்புச்சி பெரியதனக்காரரின் பெருமைகளைப் பேசிய படியே வந்தார். தோட்டம் வந்ததும் சாக்கு மூட்டைகளை அவிழ்த்து கிணற்றில் கொட்டினார். கார்ப் பருவம் கடந்ததும் இளமஞ்சள் குருத்துக்கள் முட்டி தேங்காய் கிணற்றின் நீர்ப் பரப்பெங்கும் சிற்றலையில் மிதந்தலைந்தன. அதே வருஷத்தின் முதல் பருவ மழை பெய்யும் தருணம். அப்புச்சி தோட்டத்தின் உத்தியோரம் எங்கும் நாலுமூலை சதுரக்குழி வெட்டி தென்னம்பிள்ளைகளை நட்டார். குருத்துகள் ஓலைப் பிரிந்து விரைவாக வளர்ந்தன.

அந்த நாட்களில் அப்பாவும் வீட்டின் வெளித் திண்ணையே கதியெனக் கிடந்தார். வடக்குப் பார்த்து உட்கார்ந்து சிவன்மலை முருகனை நினைத்து சதா அருணகிரிநாதரின் கந்தர் அநுபூதி பாடினார்.

“விதிகாணும் உடம்பை விடா வினையேன்
கதிகாண மலர்க்கழல் என்று அருள்வாய்?”

பெரும்பாலும் இந்த வரிகள்தான் அப்பா வாயிலிருந்து வெளிப் பட்டது. அன்று தென்னம்பாளைகளில் தேன் குடிக்கும் கோதும்பிகள் சில பறந்து போயின. அப்புச்சி இவனை அழைத்துக் கொண்டு தென்னம்பிள்ளைகளை நோட்டம்விட்டார். தென்னம் பிள்ளைகள் சில முதல் பாளை விட்டிருந்தது. உடனே இவன் வீட்டுக்கு ஓடிப் போய் இந்தச் சந்தோசத்தை அப்பாவிடம் தெரிவித்தான். வீதி இடைச் சந்தில் தெரியும் நீலவானத்தை வெறித்தபடியே இருந்த அப்பா திடீரென விரக்தியாகப் பேசினார்.

"மாமனார் ஊட்டுத் திண்ணையில இப்படி மொடவனா மொடங்கிக் கெடக்கறது பெரும் துயரமா இருக்குடா. சில நேரங்கள்ல இந்த உயிர் எதுக்குன்னு கூடத் தோணுதுடா. நீயும் கணேசனும் நல்லாப் படிச்சு முன்னேறிக்கணும். உங்க மாமனை நம்பாதீங்க. தென்னம் பிள்ளை காய்க்கு வரும்போது எல்லாம் புடுங்கிட்டு வுட்டுருவான். அவன் கொணம் அப்பிடி."

அப்பா சொன்னதை இவன் யாரிடமும் சொல்லவில்லை. தென்னம்பாளைகள் இளநீராயின. வளர்பிறை ஆறாம் நாளில் இவனும் அப்புச்சியும் கொடுங்கோல் கொண்டு செவ்விளநீர் சிலதைப் பறித்தனர். தங்கரளிப் புதர்வழியில் நடந்து தொரட்டி மரக் கருப்பணசாமி கோவில் போனார்கள். அப்புச்சி வெங்கிக்கல் சாமிக்கு செவ்விளநீரை ஒவ்வொன்றாகப் பொத்து அபிஷேகம் செய்தார். நெடுஞ்சாண்கிடையாக விழுந்து வணங்கினார்.

"பஞ்சத்திலும் மழையிலும் காத்திலும் எங்க தென்னம் பிள்ளை குருத்து சாயாம பலமா நின்னு காய்க்கணும் கருப்பராயா..."

அந்த வாரத்திலேயே மாமா மறுபடியும் மாற்றல் வாங்கிக் கொண்டு ஊருக்கே வந்து சேர்ந்தார். ஞாயிற்றுக் கிழமையில் தோட்டத்தைச் சுற்றிப் பார்த்துவிட்டு வந்த மாமா அப்புச்சியைக் கூப்பிட்டுப் பேசினார்.

"அய்யா... இனி நானே தோட்டத்தை ஓட்டலாமுனு இருக்கேன். அக்காகிட்ட என்னால சொல்ல முடியாது. நீங்க எப்படியாவது எடுத்துச் சொல்லீருங்க."

அன்றிரவு விறகுச் சுமையுடன் வீட்டுக்கு வந்த அம்மா அதன் பின்பு தோட்டத்திற்கே போகவில்லை. இவனையும் கணேசனையும் கூடப் போகவேண்டாம் எனச் சொல்லிவிட்டாள். கூலி வளவு பெண்களுடன் சேர்ந்துகொண்டு அமராவதிக் கரைவெளி நெல்வயல் களுக்குக் களையெடுக்கப் புறப்பட்டுவிட்டாள். தோட்டம் இல்லாமல் போனது பற்றி அம்மா துளியும் வருத்தப்படவேயில்லை. அதிகாலை யில் எந்நேரம் எழுந்திருப்பாள் என்பதே யாருக்கும் தெரியவில்லை. இவனும் கணேசனும் எழும்போது அப்பாவைக் குளிக்க வைத்து,

தானும் குளித்து, சமையல்வேலைகளையும் முடித்துவிட்டு கூலியாட்களோடுப் புறப்பட்டுப் போயிருந்தாள்.

அந்த வருஷத்தின் நெல் அறுவடைக் காலம் துவங்கிற்று. கரைவெளியில் இரவெல்லாம் கதிர் அரைக்கும் வேலை மும்முரமாக நடந்தது. இரண்டாம் சாமத்தில் நெல் மொழங்குடன் வீட்டுக்கு வந்த அம்மா குளித்துவிட்டு சலிப்பில் அசந்து தூங்கிவிட்டாள். முதல் சேவல் கூப்பிட வெளித்திண்ணையிலிருந்து அப்பா சப்தமிட்டுக் கொண்டே இருந்தார். அம்மா எழவில்லை. வெகுநேரம் கழித்துத் தூக்கச் சடைவில் பதில் சப்தமிட்டாள்.

“ஒரு நாளைக்கு கந்தர் அநுபூதி படிக்கலையின்னா முருகர் ஒன்னும் கோவிச்சுக்கமாட்டாரு...”

கோட்டான்கள் துயில் கொள்ளப் போய்விட்ட முன் அதிகாலை. அம்மா வாசல் தெளிப்பதற்காக நடையைத் திறந்து வெளியே வந்தாள். வெளித் திண்ணையில் படுத்துறங்கிக் கொண்டிருந்த அப்பாவைக் காணவில்லை. அம்மா இவனை வந்து எழுப்பினாள். மண் வீதியில் விண்மீன்கள் தருகிற வெளிச்சம். காற்று ஒலிப்பானுடன் மிதிவண்டிப் பால்காரர் போய்க் கொண்டிருந்தார். சக்கரநாற்காலியின் தாரை தெற்குவெளி ஊர்ப் பாதையில் பதிந்திருப்பதைக் கண்டனர். இவனும் அம்மாவும் தாரையைப் பிடித்துக்கொண்டு ஓடினர்.

மானாவாரிக் காடுகள் ஏகாந்தமாய் கிடந்தது. சக்கரநாற்காலியின் தாரை அமராவதி ஆற்றுக்குப் போகும் சரிவை நோக்கித் திரும்பியிருந்தது. அம்மா ஒருகணம் நின்று யோசித்தாள். இவனுக்கு பயமாக இருந்தது. கொழிமணல் தாரையைப் பின்தொடர்ந்தனர். வண்ணாந்துறை சேற்றோரமாக சக்கரநாற்காலி மட்டும் தனியே கிடந்தது. வெள்ளம் மிகுந்த ஆற்றின் நீர்ப்பிரவாகம் பெரும் சலசலப்புடன் ஓடிக் கொண்டிருந்தது.

அம்மா அந்த இடத்திலேயே உட்கார்ந்து அழ ஆரம்பித்துவிட்டாள். அப்பா இறந்துவிட்டதாகவே ஊர்சனங்களும் நம்பினர். சாஸ்திரம் முடிந்து பஞ்சாங்கம் பார்த்தபோது இறந்த நேர நட்சத்திரத்திற்கு மூன்று மாதம் வீடு அடைப்பு. அப்பா தங்கியிருந்த வெளித்திண்ணையில் கம்பந்தட்டும் இலந்தை முள்ளும் வைத்து அடைக்க முடியாது என்பதால் அம்மா தாழியைக் கவிழ்த்து தீபம் போட ஆரம்பித்தாள். அதன்பின்னான நாட்களில் இந்த வெறுமையான வெளித்திண்ணையில் அப்பா உட்கார்ந்து எந்நேரமும் கந்தர் அநுபூதி பாடுவதுபோலவே இருந்தது. நடுச்சாமத்தில் அம்மா திடீரென எழுந்து போய் இந்த வெளித்திண்ணையில் உட்கார்ந்து அழுதுகொண்டு ஒப்பாரிப் பாடல் பாடுவதைக் கண்டான். அப்படியான ஒரு அகால தருணத்தில் இவனும் எழுந்து வெளித்திண்ணைக்கு போனபோது அம்மா ஆற்றாமையுடன் பேசினாள்.

"பாவி முண்டே நானே உங்கப்பனைக் கொன்னு போட்டேன்டா. எனக்கு எங்க போனாலும் இந்த ஜென்மத்துல விமோச்சனம் இல்லடா."

இவனுக்கும் கண்ணீர் பெருகிற்று. அப்பாவுக்கு வீடு அடைப்பு நீங்கிய தினம். அப்புச்சி ஒறம்பரைச் சனங்கள் எல்லோரையும் இருக்கச் சொன்னார். மாமாவைக் கூப்பிட்டுப் பேசினார்.

"இந்த வூடு, காடு, தோட்டம் எல்லாம் நாந்தோனி சம்பாதிச்சது. எம்புள்ள வெறும்முண்டையா மூளியாகி நிற்கறதப் பாத்துட்டு என்னால சும்மா இருக்க முடியாது. இன்னிக்கு உங்க முன்னால தோட்டத்த செரிபாதியா பங்கி ஒரு பங்கை அம்மினி பேருக்கு எழுதிவைக்கப் போறேன். இப்ப நீ பங்கு பங்கி வைடா..."

மாமா சூழலைப் புரிந்துகொண்டார். தோட்டத்தைக் கிழமேற்காகப் பிரித்துப் பங்கி வைத்தார். அம்மா தென் புறப் பங்கில் நின்றுகொண்டாள். மாமா வீட்டையும் வேண்டாம் எனச் சொல்லிவிட்டு அத்தை வீட்டு சவாரி வண்டியில் போய் ஏறிக்கொண்டார். அத்தை நிர்மலாவையும் நித்தியாவையும் இழுத்துக்கொண்டு போய் வண்டியில் ஏற்றினாள். கடைசியாக அப்புச்சி வண்டியில் ஏறப் போனார். அத்தைக்கு கோபம் வந்தது. ஆவேசமாகக் கத்தினாள்.

"ஆற மூய்க்கறதுக்கு மறுக்காவும் எங்ககூட வர்றே பாங் கிழவா... போய் புள்ளையக் காப்பாத்து போ... இனி நா சோறு போடுவேன்னு கனவு கண்டிராதே..."

சவாரி வண்டி கிளம்பிற்று. ஒறம்பரைச் சனங்களும் கலைந்தனர். அப்புச்சி வாசலிலேயே நின்றுகொண்டிருந்தார். இவன் போய் அப்புச்சியின் கையைப் பிடித்து வெளித்திண்ணைக்கு அழைத்து வந்தான். அதன்பின்பு அப்பா உட்கார்ந்து கிடந்த இடத்தில் அப்புச்சி உட்கார்ந்து கிடந்தார். ஆடியில் மாமா ஆட்களைக் கூட்டி வந்து தோட்டத்தின் நடுவே நீளமாக கிளுவை வேலி நட்டார். தோட்டம் இரண்டாகப் பிரிந்துவிட்டது. ஆவணி போய் புரட்டாசி வந்தது. அம்மா கழுத்து நகைகளைக் கழற்றிக் அப்புச்சியிடம் கொடுத்தாள். மறுநாளே அப்புச்சி வீராச்சி மங்களம் ஆசாரியிடம் நகைகளை விற்று பணத்துடன் வந்தார். இவனையும் அழைத்துக்கொண்டு கன்னிவாடி சந்தை போய் பதினெட்டு செம்மறிப் பிரவைகளை வாங்கி தோட்டம் ஓட்டி வந்தார். மின்னமார் அடுக்கி, பட்டித் தரம்பு கட்டிச் சேர்த்தார். அந்த வருஷத்தின் கார்காலத்திலேயே பிரவைகள் சினை பிடித்து ஈத்து ஈனின. பட்டி பெருகிற்று.

5

வனச்சோலைக்குள் மேற்குத்திசையிலிருந்து விசைக் காற்று வீசிற்று. நாவல்மரக் கிளைகள் அசைவுற்றுக் கனிகள் உதிர்ந்தன.

மண்ணில் விழுந்த கனிகளை இவன் மூங்கில் கூடையில் சேகரித்துக் கொண்டிருந்தான். அந்த நேரம் பருத்துக் கொழுத்திருக்கின்ற வானரம் ஒன்று வனச்சோலைக்குள் இருந்திருந்தாற்போல் பிரவேசித்தது. கனிமரங்களை வேரோடு பிடுங்கி தூர எறிந்தது. கடும்பாறைகளைப் பெயர்த்து உருட்டி விளையாடியது.

இவன் சட்டென ஜம்புமாலீ ராட்சசனாக உருவம் மாறினான். வானரத்தின் எதிரில் போய் நின்றான். மூர்க்கமான போர் மூண்டது. இரவு பகல் என மாறி காலம் கடந்தது. ஜம்புமாலீகளைப் படைத்தான். வானரம் இவன் கால்களைப் பிடித்துச் சுழற்றி ஆகாயத்தில் உயரே வீசிற்று. சமுத்திர உப்புநீருக்குள் போய் விழுந்தான். ராட்சச முள் மீன்கள் நெருங்கி வந்தன. உயிர் பயத்தில் அலறினான். மீனின் கூரானப் பற்கள் இவன் சதையைக் கிழித்தன. ரத்தம் கடல் நீரில் கலப்பதைப் பார்த்துக்கொண்டே இருந்தான்.

இவன் துர்க்கனவு கண்டு திடுக்கிட்டு கண்விழித்தான். காக்கைகள் கரையும் ஓசை கேட்டது. வெளியே பளபளவென விடிந்திருந்தது. இவன் அவசரமாக எழுந்து கிளம்பினான். பன்னிரண்டாம் வகுப்பு கணக்கு தேர்வு. ஏனோ பயம் தோன்றியது. இவன் சாப்பிட வட்டில் முன் அமர்ந்தபோது துர்க்கனவு பற்றி அம்மாவிடம் சொன்னான். அம்மா சாதத்தைப் பரிமாறிக் கொண்டே சிரித்தாள்.

“உனக்கு எப்பப் பார்த்தாலும் பரிச்சையப்ப கனவு தான். நல்லதே நடக்கும் ஒழுங்கா எழுதிட்டு வா.”

அந்த நேரம் வெளிநடைப் பக்கம் பேச்சுச் சப்தம் கேட்டது. முந்தானையில் ஈரக்கையைத் துடைத்துக் கொண்டு அம்மா எழுந்து போனாள். மாமா, அத்தை, நித்தியா என உள்ளே வந்தார்கள். மாமா ஆசாரத்துக் கட்டிலில் அமர்ந்தபடியே இவனிடம் பேசினார்.

“முழுப்பரிச்சையில ஆயிரத்துக்கு மேலே எடுத்திருவியா…?”

“ம்ம்ம்…”

“டீச்சர் ட்ரெயினிங் சேத்தி… உன்னை என்னை மாதிரி ஒரு வாத்தியாராக்கணுமுன்னு நீ பொறந்ததிலிருந்தே எனக்கொரு கனவு. அப்படியே நிர்மலாவையும் டீச்சராக்கி உங்க ரெண்டு பேருக்கும் முடிச்சுப் போட்டு வெச்சிர ஆசை…”

இவன் பதில் பேசாமல் பள்ளிக்குப் புறப்பட்டுப் போனான். ஏறும்பொழுது வெயில் கண்ணைக் கூச மிதிவண்டியில் கிழக்குப் பார்த்துப் போகும்போது விவரிக்க முடியாத ஒருவித உற்சாகம் பீறிட்டது. தேர்வு முடிந்து மதியம் வீடு திரும்பும்போது அம்மா பண்டாரத்தோடு சேர்ந்து பூந்திலட்டு பிடித்துக்கொண்டிருந்தாள். அப்பாவின் வெள்ளை வேட்டியில் சிமிழ் சிமிழாய் லட்டுக்கள். இருட்டியதும் இவனும், அம்மாவும் பலகாரத்துடன் மாமா தோட்டம்

போனார்கள். கணேசன் நித்தியாவுடன் வீட்டு வாசலில் விளையாடிக் கொண்டிருந்தான். இவன் நிர்மலாவைத் தேடினான். நிர்மலா தட்டுப்படவில்லை. ஒறம்பரைச்சனங்கள் திரண்டுவிட்டனர். மறுநாள் விடியக் கருக்கலிலேயே நிர்மலாவுக்கு மனை வைத்து தண்ணீர் ஊற்றி, சீர் செய்தனர்.

அன்று இளமதியம் தோட்டத்திற்கு இடையே நடப்பட்டிருந்த கிளுவை வேலியில் மாமா கடவு வெட்டிவிட்டார். அப்புச்சி வடபுறம் போய்த் தங்கிக் கொண்டார். இவன் தேர்வில் தோல்வி அடைந்தான். ஆங்கிலத்திலும் கணிதத்திலும் போய்விட்டன. இவனுக்கு மாமா முகத்தில் விழிக்க வெட்கமாக இருந்தது. அம்மா திட்டியதால் வேறுவழியில்லாமல் மாமாவைப் பார்க்க வடபுறம் போனான் .

திண்ணை வாசற்படியில் மாமா கதை சொல்லிக் கொண்டிருந் தார். அன்றும் ராவணன் கதைதான். பந்தலுக்கடியில் நித்தியா, நிர்மலா, கணேசன், ஊர்க் குழந்தைகள் சிலர் என நிறையப் பேர் அமர்ந்து கவனத்துடன் கதை கேட்டனர்.

“வெற்றி வீரனாக இந்திரஜித் தன் தந்தை ராவணனிடம் வந்தான். இராமனையும் லட்சுமணனையும் தான் கொன்று விட்டதாகத் தெரிவித்தான். அச் செய்தியைக் கேட்ட ராவணனுக்கோ மட்டில் அடங்காத மகிழ்ச்சி உண்டாயிற்று. செயற்கரியச் செயலை இந்திரஜித் சாதித்ததற்காக மனமார ஆசி கூறினான்...”

கதை விரிந்தது. இவன் தயக்கத்துடனேயே பந்தக்காலைப் பிடித்தபடி வெகுநேரம் நின்றிருந்தான். மாமா இவனை ஏறெடுத்தும் பார்க்கவில்லை. அதன்பின்பு இவன் மாமா வீட்டுக்குப் போவதையே நிறுத்திக் கொண்டான். தோட்டத்தில் அப்புச்சிக்கு ஒத்தாசையாக இருந்தான். செம்மறிகளை மேய்த்தான். இவன் மேலே படிக்காததால் அம்மா அவ்வப்போது வருத்தப்பட்டாள். இவன் படித்து முன்னேறனும் என்ற அப்பாவின் ஆசையையும் நிறைவேற்றாமல் போய்விட்டோமே என இவனும் அடிக்கடி நினைத்து வருத்தப்பட்டான்.

இரண்டு மாதம் போயிருந்தது. அடைமழை தூறிக் கொண்டி ருந்த குளிர் இரவு. மூன்றாம் சாமம் கடந்த வேளையில் செம்மிநாய் விடாமல் குரைத்தபடியே இருந்தது. இவன் கதவைத் திறந்து வெளியே வந்து பார்த்தான். வெளித்திண்ணையில் அப்பா உட்கார்ந்திருந்தார். திண்ணைத் தூணையொட்டி சக்கரநாற்காலி நின்றது. நரைத்த தலைமுடி, நீண்ட வெள்ளைத்தாடி, அப்பா ஒரு துறவி போல தோற்றம் கொண்டிருந்தார். முன்பு போலவே வடக்குப் பார்த்து கை கூப்பி கந்தர் அநுபூதி பாடத் தொடங்கினார்.

“விதிகாணும் உடம்பை விடா வினையேன்

கதிகாண மலர்க்கழல் என்று அருள்வாய்...”

இவன் அப்பாவையே பார்த்தபடி இருந்தான். கண்ணில் நீர் மல்கியது.

விடியற்காலை வேளை. வாசல் பந்தல் ராமபாணக் கொடியிலிருந்து பூவாசனை வீசிற்று. நெடுநாட்களுக்குப் பின்பு எங்கிருந்தோ சிட்டுக்குருவிகள் கூடுகட்ட சத்தையுடன் வந்து கூரை மேல் கிறீச்சிட்டன. அப்போதுதான் இவன் தோட்டம் கிளம்புவதற்காக கட்டிலிலிருந்து எழுந்து உட்கார்ந்திருந்தான். திடீரென மாமா வீட்டுக்குள் வந்தார். நேராகச் சமையல்கட்டுக்குச் சென்று அம்மாவிடம் தணிந்த குரலில் ஏதோ பேசினார். அம்மாவின் முகம் பூரித்துவிட்டது. ஆசாரத்துக்கு வந்து சுவற்று அலமாரியைத் திறந்து இவன் ஜாதகத்தை எடுத்துக் கொடுத்தாள். அதுவரை நடைவாசற்படி மீது உட்கார்ந்து கவனித்துக்கொண்டிருந்த அப்புச்சி மாமாவைப் பார்த்து சப்தமாகப் பேசினார்.

“அத்தை பையன், மாமா பொண்ணு கலியாணத்துக்கு பொருத்தம் அவசியமில்ல...”

“அப்பா! குலதெய்வக் கோயில்லயாவது பூ கேட்டுருவோம்...”

“குல தெய்வக் கோயில் வரைக்கும் எதுக்குப் போகணும். இவிடத்த இருக்கற நம்ம தொரட்டிமரக் கருப்பராயங்கிட்டே பூக் கேக்கலாம்...”

அப்போது வெளித்திண்ணையில் வடக்குப் பார்த்து அமர்ந்திருந்த அப்பா கடகடவெனச் சிரித்தார். இவன் அப்பாவை முறைத்துவிட்டுத் தோட்டத்துக்குப் போய்விட்டான். அந்தவாரம் வெள்ளிக்கிழமையே தொரட்டிமரக் கருப்பணசாமி கோவிலில் இரு குடும்பத்தினரும் கூடினர். பண்டாரம் பூவரச இலைக்குள் செவ்வரளி, வெள்ளரளிப் பூக்கள் வைத்து மடித்துக் கட்டிய பொட்டலத்தை சாமிமுன்பு குலுக்கிப் போட்டார். அப்புச்சி கும்பிட்டபடி பூ கேட்டார்.

“செம்பூ வந்து வெள்ளப்பூ வரட்டும்... கட்டி வழியுடு கருப்பராயா...”

நித்தியா முதல் பூவை எடுத்துக் கொடுத்தாள். பண்டாரம் சாமியை வணங்கி பூவரச இலைப் பொட்டலத்தைப் பிரித்தார். வெள்ளரளிப் பூ இருந்தது. அடுத்த பூவும் அதேபோல் வந்தது. அப்புச்சி இயலாமையாய்ப் பேசினார்.

“சரி... கருப்பராயங் கணக்கு அப்படி இருக்குதுன்னா, மனுசங்க நாம என்ன செய்ய முடியும்...”

எல்லோரும் சோர்வாக வீட்டுக்கு வந்தபோது அதே வெளித் திண்ணையில் வடக்குப் பார்த்து அமர்ந்திருந்த அப்பா மீண்டும் கடகடவெனச் சிரித்தார். இவன் இந்த முறை அப்பாவை முறைக்க

வில்லை. ஆழமாகப் பார்த்தான். அடுத்த இரண்டு வருஷம் இவன் வாழ்க்கையில் பெரிதான மாற்றம் எதுவுமின்றியே கடந்தது. நிர்மலாவுக்கு ஆசிரியர் பயிற்சி முடித்த வருசமே கல்யாணமும் நடந்தது. மாப்பிள்ளையும் வாத்தியார் உத்தியோகம்தான். இவனைவிட அழகாகக்கூட இருந்தார். பொண்ணு மாப்பிள்ளை விருந்துக்கு வந்திருந்த நிர்மலா பின்கட்டில் வைத்து இவனிடம் கேட்டாள்...

"நீங்க கொஞ்சம் முயற்சி செய்திருந்தா என்னைக் கல்யாணம் பண்ணியிருக்கலாம். வேணுமின்னேதானே விட்டுட்டீங்க..."

இவன் மவுனமாகவே நின்றான். நிர்மலாவுக்கு கண்களில் நீர் முட்டியது. பட்டுச்சேலை முந்தானையால் துடைத்தபடி கிளம்பிப் போய்விட்டாள். இவன் தோட்டத்துக்கு வந்து தனிமையில் நிர்மலாவை நினைத்து நினைத்து அழுதான்.

வருடங்கள் விரைந்தோடின. அம்மா இவனுக்கு நிறைய இடங்களில் பெண் பார்த்தாள். ஏனோ கல்யாணம் கூடி வரவில்லை. வயது ஏறிக்கொண்டே இருந்தது. கணேசன் கல்லூரி முடித்து திருப்பூரில் பனியன் கம்பெனி வைத்துவிட்டான். காரும், வீடும் வாங்கிவிட்டான். கணேசனுக்குச் சொந்தத்தில் நிறையப் பேர் பெண் கொடுக்க முன் வந்தனர். ஆனால் கணேசனோ அண்ணனுக்கு முதலில் கல்யாணம் நடக்கட்டும் என மறுத்து வந்தான்.

அன்று உச்சிக்கால வெய்யில், நெடும்பனை நிழல்கள் ஒடுங்கியிருந்தன. தோட்டத்தில் யாரும் இல்லாத சந்தர்ப்பம். வண்டி சாய்ப்பில் நின்றிருந்த இவனைத்தேடி மாமா வந்தார். பதினைந்து வருசங்களுக்குப் பின்னர் மாமா முதன்முறையாக இவனிடம் பேசினார்.

"மாப்பிள்ளை... நா நேராக விஷயத்துக்கு வர்றேன். நம்ம நித்யாவும் டீச்சரா போஸ்டிங் வாங்கிடுச்சு... நம்ம கணேசனுக்கே குடுத்தர்லாம்ன்னு யோசனை..."

இவன் பதில் பேசவில்லை. சிறிதுநேரம் அங்கேயே நின்று பார்த்துவிட்டு மாமா வடக்குப் பார்த்து நடக்கத் தொடங்கினார். அன்றிரவு வீட்டிற்கு வந்த கணேசனிடம் இவன் சொன்னான்:

"இனி எனக்கு கலியாணம் நடக்குமுன்னு நம்பிக்கையில்லை... நீ மூய்ச்சுக்க..."

கணேசன் இவனையே தீர்க்கமாகப் பார்த்தான். மூன்று தினங்கள் போயிருந்தன. அந்தியில் கொஞ்சம் வெளிச்சம் இருக்கும் போதே மாமாவும் அத்தையும் வீட்டிற்கு வந்தனர். மாமா இரவு உணவு சாப்பிட்டபடி அம்மாவிடம் பேசினார்.

"அக்கா... நித்யாவை கணேசனுக்கு கொடுக்கலாமுன்னு முடிவு செஞ்சுட்டேன். இந்த வாட்டி ஜாதகம், பூ கேக்கறதுன்னு எந்த சோலியுமில்ல. நேரா கலியாணம்தான்."

அம்மாவுக்கு சந்தோசத்தில் என்ன செய்வதென்றே தெரியவில்லை. வீடெங்கும் பரபரப்பாய் அலைந்தாள். இவன் வெளித்திண்ணையில் அப்பாவோடு உட்கார்ந்து மௌனமாகப் பார்த்துக்கொண்டிருந்தான். அம்மா வடை பாயாசம் செய்தாள். கணேசன் வர, முதல்சாமம் கடந்துவிட்டது. சமையற்கட்டிற்குச் சாப்பிடப் போன கணேசனிடம் அம்மா விஷயத்தை சொன்னாள். கணேசன் திரும்பி ஆசாரத்திற்கு வந்தான். மாமாவையும், அத்தையையும் பார்த்துச் சொன்னான்.

"எப்ப எங்கண்ணனுக்கு அந்த வூட்டுல எடமில்லையோ... அதுக்கப்புறம் நான் போனா நல்லாயிருக்காது. நீங்க நித்யாவையும் வெளியிலேயே கட்டிக்கொடுத்துருங்க..."

மறுதினம் விடிந்தபோது மாமா தோட்டத்துக் கிளுவை இடைவேலியில் இருந்த கடவை அடைத்துவிட்டார். அத்தோடு இருகுடும்பத்திற்குமான போக்குவரத்து நின்றுபோனது. கணேசன் கல்யாணத்திற்குக்கூட மாமா வீட்டிலிருந்து யாரும் வரவில்லை. நித்யா கல்யாணத்திற்கும் இங்கிருந்து யாரும் போகவில்லை. எப்பவாவது அப்புச்சி மட்டும் கிளுவைவேலிக்கு அந்தப் பக்கம் நின்று இவனோடு பேசிவிட்டுச் செல்வதை வழக்கமாக்கியிருந்தார். காலம் வேகமாக ஓடிற்று.

சூறைக்காற்று சருகுகளைச் சுழற்றியபடி ஓசையிட்டுக் கடந்தது. செம்மறிகள் மிரட்சியுற்றுக் கத்தின. பனை நிழல் கிழக்கேபோய் சுருங்கியிருந்தது. கணேசன் காரை கடவடியில் நிறுத்திவிட்டு இறங்கி ஒற்றைக்கால் தடத்தில் வந்துகொண்டிருந்தான். இவன் எழுந்து நின்றான். கணேசன் கிட்டத்தில் வந்ததும் வராததுமாகப் பேசினான்.

"அண்ணா... இன்னும் நீ எத்தனை நாளைக்கு இந்தக் காட்டையும், ஆட்டையும் கட்டிக்கிட்டு அழப்போறேன்னு தெரில... இந்த வேடை காலத்துல ஆடுக தேவையா... வித்து தலைமுழுகு... மழபேஞ்சு காலஞ்செழுச்சாவேண்ணா வாங்கிக்கலாம்... மேச்சேரி சந்தையில கெடக்கு ஏகப்பட்ட ஆடுக... அப்புறம் நான் புதுசா கம்பனியில ஒரு யூனிட் தொடங்கியிருக்கேன்... நீ வரப்பிரியப் பட்டா அங்கு வந்துரு..."

இவன் எதுவும் பேசாமலேயே இருந்தான். கணேசன் கிணற்று மேட்டை எட்டிப் பார்த்துவிட்டுக் கிளம்பிவிட்டான். அவன் எதுக்கு வந்தான் என்றே தெரியவில்லை. இளமதியம் வாக்கில் ஆட்டு வியாபாரி தோட்டம் வந்தார். புழுதியில் மந்தையிட்டு நின்ற செம்மறிகளைப் போய் நோட்டமிட்டார். இவனுக்கும் ஆடுகளை விற்றுவிடலாம் என்றே தோன்றியது. அதனால் ஆட்டு வியாபாரியை எதுவும் சொல்லவில்லை. அந்த நேரம் பார்த்துக் கிளுவைவேலிக்கு அந்தப்பக்கம் நின்று அப்புச்சி கூப்பிட்டுக் கொண்டே இருந்தார். இவன் அருகில் போனான்.

“எதுக்கடா... இப்ப ஆடுகள விக்கறே... இங்க என்ன இராவணன் பஞ்சமா வந்திருச்சு...”

இவன் புரியாமல் அப்புச்சியையே பார்த்தான். அப்புச்சி நீலவானத்தைப் பார்த்தபடியே உணர்ச்சிவசப் பட்டுப் பேசினார்.

“புராணகாலத்துல ஈசுவரங்கிட்ட வரம் வாங்குன ராவணன் மூனு லோகத்தையும் ஆட்டிப்படச்சானாம். அப்போ வருண பகவானும் ராவணனுக்குப் பயந்திட்டு மழையே பெய்யலையாம். சீவராசிகள் எல்லா செத்து மடியுதாம். பூமியே வறண்டு போச்சு. கடல் வத்திக்கிட்டுயிருக்கு. இந்த நேரம்தான் ராமபிரான் ராவணனைக் கொல்றாரு. அப்புறம் வருணபகவான் மழையா கொட்டித் தீர்க்கராரு. எப்பவும் ராவணன் பஞ்சம் வந்தா கூடவே ராமர் பட்டாபிசேக மழை பெய்யும்முன்னு சொல்லுவாங்க. நீ ஆடுகள விக்காதே... கூடிய சீக்கிரம் நல்ல மழை பெய்யுற அறிகுறியிருக்கு...”

மரங்கொத்தி ஒன்று பனையிலிருந்து வீறிட்டுக் கத்தியபடி வெய்யிலில் பறந்து போயிற்று.

“ஊர்ல எல்லாரும் கழிவுபஞ்சு வாங்கிப்போட்டு பண்டம் பாடிகளை காப்பாத்துறாங்க... நீயும்போயி வாங்கிப் போடு.”

நிலத்தின் கொதிப்பு அதிகமாயிருந்தது. இவன் ஆடு விற்ப தில்லையென ஆட்டு வியாபாரியை அனுப்பிவைத்தான். மொ பட்டை எடுத்துக்கொண்டு பஞ்சு அரவைமில் போனான். பணம் கட்டி ரசீது வாங்கினான். பின்புறம் இருந்த கிடங்குக்கு முன்பாக ஏற்கனவே சிலர் நின்றிருந்தனர். பண்டாரம்தான் கழிவு பஞ்சை அள்ளி சாக்கில் திணித்து எடைபோட்டுக் கொடுத்துக் கொண்டிருந் தார். இவன்முறை வந்தபோது பண்டாரம் இவனைச் சற்று தள்ளி யிருந்த கம்பிவேலிப் பக்கம் கூட்டி வந்தார்.

“அப்புனு... உனக்கு விஷயம் தெரியுமா. அம்மிணி போயிருச் சுன்னு பேசிக்கறாங்க. பன்னண்டு வருசமா கொழந்தப் பாக்கியமில்ல. மொதப் பேறுகாலம் இப்படியா ஆகனும்...”

இவன் அதிர்ச்சியை வெளிக்காட்டிக்கொள்ளாமல் பண்டாரத் தையே பார்த்தான். புகையிலைச் சாற்றின் கறைபட்டு ஊறிக்கிடந்த நரைமீசையை ஒதுக்கி விட்டுக்கொண்டு பண்டாரம் சுற்றுமுற்றும் பார்த்தார்.

“அன்னிக்கு ஒரு தப்பு பண்ணிட்டேன்... உங்க மாமா வாங்கிக் குடுக்கும் சரக்குக்கு ஆசப்பட்டு பூவரசு எலையில எல்லாம் வெள்ளப் பூவா கட்டிப் போட்டுட்டேன்.”

பண்டாரத்தின் குரலில் விசனம் நிறைந்திருந்தது. அந்தக் கணம் இவனுக்கு அப்பாவின் கடகடவென்றச் சிரிப்பு மட்டும் ஞாபகம்

வந்தது. இவன் கழிவுபஞ்சுச் சாக்கை மொபட்டில் ஏற்றிப் புறப்பட்டான். தோட்டம் வரும்வரை இவனுக்கு மாமா பத்துத் தலை இராவணனாகவே தெரிந்தார். கட்டுத்தரை வந்ததும் கழிவு பஞ்சை ஊரத்தாழியில் கொட்டி நீரில் கலக்கினான். காந்தத்தை உள்ளே வைத்து அலசினான். பஞ்சில் கலந்திருந்த சிறு கம்பிகள் எல்லாம் காந்த முனையில் ஒட்டிக்கொண்டன. அதற்குள் மோப்பம் கண்ட செம்மறிகள் தாழியை மொய்க்கத் தொடங்கின. இவன் மறுபடியும் பனைச்சால் நிழலிற்கே வந்து உட்கார்ந்தான். வடபுறம் மாமா வீட்டில் ஒறம்பரைச் சனங்கள் அதிகமாகக் கூடிவிட்டனர். அந்த நேரம் மதியச்சோறு கொண்டுவந்த அம்மா இவனிடம் கேட்டாள்.

"ஏண்டா... பொண்டாட்டிய தின்னவனாட்ட உக்காந்திருக்கே..."

இவனுக்கு ஒருகணம் உடம்பு அதிர்ந்து மீண்டது. அம்மா வடக்கே பார்த்தபடியே மேலும் பேசாமல் போய்விட்டாள். இவன் அம்மா ஏன் அப்படிக் கேட்டாள் என யோசித்தபடியே வெகுநேரம் உட்கார்ந்திருந்தான். திடீரென நீலவான உச்சியில் கருமுகில் கூட்டம் கவிழ்ந்திருந்தது. இவன் பார்த்துக் கொண்டிருக்கும்போதே சடசட வென மழை இறங்கியது. பெருகிய வெள்ளத்தினூடே நிர்மலாவை குழிமேட்டிற்கு உறவினர்கள் எடுத்துப்போனார்கள். இவன் மழையில் நனைந்தபடியே நிச்சலனமாகப் பார்த்துக்கொண்டே இருந்தான். சட்டென மழை ஓய்ந்துவிட்டது. மஞ்சள் வெயில் பரவிற்று. மழை பெய்ததற்கான சுவடே இல்லாமல் நீலவானம் நிர்மலமாய் விரிந்து கிடந்தது.

◯

பிடார வடிவம்

“பாம்பு ஆயிரம்
பனை ஆயிரம்
புளியன் ஆயிரம்
புங்கன் ஆயிரம்....”

பிடாரன் பெருங்குரலெடுத்துப் பாடிக்கொண்டே இருந்தார். சோளக்காட்டுக் கோமாளிச் சட்டை கிழிந்து, வைக்கோல் பிதுங்கி வரப்போரமாகச் சாய்ந்து கிடந்தது. தாமோதர மாமா புடைதள்ளிய சோளத்தட்டுக்களை ஒதுக்கி ஒதுக்கி முன்னே போய்க்கொண்டிருந்தார். இவள் வலது கையில் பிடித்திருந்த மஞ்சள் நீரால் நனைத்திருந்த வெள்ளைத் துணியிலிருந்து இன்னும் நீர் சொட்டிட்டுக் கொண்டே இருந்தது. நடக்க நடக்க காலிடையே பாவாடை தடுக்கிய படியும் வந்தது. இவள் மனசெங்கும் ஒருவித இனம்புரியாத அச்சம் பீடித் திருந்தது. உச்சியில் ஏறும் பொழுதை ஒருமுறை அண்ணாந்து பார்த்து விட்டுக் கேட்டாள்.

“ஏம் மாமா... இந்நேரத்துல பிணையல் பாம்பு ஆடுமா...?”

தாமோதர மாமா திரும்பி முறைத்துப் பார்த்துவிட்டு நடையில் மேலும் வேகத்தைக் கூட்டினார். இவள் மேற்கொண்டு பேசாமல் பின்னே நடந்தாள். சோளப்பூட்டைகளைக் கொத்த வந்த நாகணவாய் குருவிகள் திடுக்கிட்டு கலைந்து பறந்தன. மறுபடியும் இவள் கேட்டாள்.

‘ஏம் மாமா... இந்த மஞ்சத் துணிய நான் பிணையல் பாம்புமேல வீசும்போது பாம்புக கொத்தாதா...?’

தாமோதர மாமா பதில் சொல்லாமல் தழிஞ்சிப் புதர் மண்டிய கிணற்று மேடேறினார். தொலைவாரிக் குழியில் கீழே இறங்கினார். மின்சாரம் வருவதற்கு முன்பு ஆதியில் அப்புச்சிமார்கள் இரட்டைக் கபிலை ஓட்டிய தொலைவாரி. நான்கு எருதுகள் முன்னும் பின்னும்

போய்வந்த குளம்படித் தடம் தற்போது இலைச் சருகுகளால் மூடிக் கிடந்தன. தொலைவாரிக்கு அப்பால் கிணற்றுவெட்டுக் கற்கள் குவிக்கப்பட்டிருந்த பள்ளம். அந்தப் பள்ளத்துக் கற்குவியலுக்கு மத்தியில் இருநூறு வருட பழமையான புளியமரம். நெடுந்துயர்ந்து நின்று நிழல் பரப்பி இருந்தது.

தாமோதர மாமா கற்குவியலையே பார்த்தபடி இருந்தார். காற்றடங்கி புளியங்கிளைகளும் அசைவின்றி கிடந்த அலாதியான நடுப்பகல் நிசப்தம். பிணையல் பாம்புகள் இருப்பதற்கான சுவடே இல்லை. நேரம் கடந்தது. மஞ்சள் துணியின் ஈரம் கூட காய்ந்து விட்டது. இவள் மூச்சைக் கூட மெதுவாக விட்டாள்.

அந்தச் சமயத்தில் புளியமரத்தடியோரம் கிடந்த சருகுகளுக்குள் சரசரப்பு ஒலி கேட்டது. இவள்தான் முதலில் பார்த்தாள். கற்குவியல் படுகிடைக்கல் ஒன்றின்மீது ஏறி பிணையல் பாம்புகள் பிணையலிட்டு ஆடின. ஒன்று சாரை. மற்றொன்று நாகன். இரண்டும் ஆளுயர நீளம். கெண்டைக்கால் தடிமன்.

பிணையல் பாம்பிரண்டும் வால் நுனியைத் தரையில் ஊன்றி பிணையலை விலக்காமல் எழுந்து நாகசிற்பத்தின் தோரணையில் நின்றன. திடீரென நாகன் படம் விரித்து சீறியது. செல்லக் கோபமாக சாரையைக் கொத்துவதுபோல பாவனை செய்தது. உடனே சாரை பற்றுக்கொடிபோல நாகனைச் சுற்றி மேலும் இறுக்கியது. நாகன் படத்தைச் சுருக்கி சாரையிடமிருந்து வெளிவந்தது. பின் சாரையைச் சுற்றி வளையமிட்டது.

மஞ்சள் பூசிய வெள்ளைத் துணியை பிணையல் பாம்புகளின் மேல் வீசும்படி தாமோதர மாமா ஜாடை காட்டினார். இவள் அச்சத்தில் உறைந்துபோய் அப்படியே நின்றுகொண்டு இருந்தாள். மாமாவுக்கு ஆத்திரம் அதிகமாயிற்று. உதட்டைக் கடித்து ஆள்காட்டி விரலை நீட்டி மிரட்டினார். இவளுக்கு கைகள் நடுங்கின. ஒரு அடி கூட பிணையல் பாம்புகளை நோக்கி நகர முடியவில்லை. நேரம் செல்லச் செல்ல அழுகை முட்டி கண்ணீர் சுரந்தது.

தாமோதர மாமாவுக்கு பொறுமை போயிற்று. இவளிடமிருந்த மஞ்சள் பூசிய வெள்ளைத் துணியை வெடுக்கெனப் பிடுங்கினார். இவளுக்கு மேலும் பயமும் நடுக்கமும் எடுத்தன. தாமோதர மாமா மஞ்சள் துணியை நீட்டியபடி சருகின் மேல் மெதுவாக எட்டு வைத்து முன்னேறினார். கால் புதைந்து சருகுகள் நெரியும் மேன்னோசை கேட்டது. பிணையல் பாம்புகள் கவனிக்கவில்லை. பிணையலாடு வதிலேயே லயித்திருந்தன. தாமோதர மாமாவுக்கும் பிணையல் பாம்பு களுக்குமான இடைவெளி குறைந்து வந்தது. இவளுக்குப் பிணைய லாட்டத்தை ரசிக்கும் மனநிலை போய்விட்டது. கிலி பரவி மூச்சு முட்டியது.

தொடர்ந்து பிணையல் பாம்புகள் சூழலை மறந்து ஆடின. சீறித்தாவினால் கொத்திவிடும் சந்தர்ப்பம். தாமோதர மாமா மஞ்சள் துணியை வீசி பாம்புகளின் மீது எறிந்தார். பாம்புகள் திகைத்துத் துணுக்குற்றன. பின் கண்ணிமைக்கும் கணத்தில் பிணையலைப் பிரித்துக் கலைந்தன. சாரை தலையைத் தூக்கி நாலாத்திக்கிலும் பார்த்தது. நாகன் சட்டென தாமோதர மாமாவை நோக்கி சீறிப் பாய்ந்தது. படுகிடைக்கல்லின் மீதிருந்து தொலைவாரிச் சருகுகள் மேல் விழும் தொப்பென்ற ஓசை. தாமோதர மாமா சப்தமிட்டபடி சருகுகளை மிதித்து மேலேறி ஓடி வந்தார்.

'பிணையல் பாம்புக்கு கோபமும் அதிகம். துரத்தினா கொத்தாம வுடாது... சீக்கிரம் ஓடீரு புள்ள...'

இவள் தொலைவாரியில் மேல் நோக்கி ஓட ஆரம்பித்தாள். கிணற்று மேடேறி தழிஞ்சிப் புதர் வழியே கீழே இறங்கிச் சோளக் காட்டைக் குறிவைத்து ஓடியபடியே திரும்பிப் பார்த்தாள். தாமோதர மாமா கிணற்று மேட்டில் தொலைகாலைப் பிடித்து கிணற்றுக் குள் குதிப்பது தெரிந்தது. கிணற்றுப் புறாக்கள் சிறகடித்தபடி வெளியேறின.

* * *

எங்கிருந்தோ ஓடி வந்த செம்மிநாய் வாலை ஆட்டியபடி இவள் மேலே தாவியது. தாழ்வாரத் திண்ணைத் தூணில் சாய்ந்து உட்கார்ந் திருந்த இவள் தாமோதர மாமாவைப் பற்றிய நினைவுகளைக் கலைத்து சுயத்துக்கு மீண்டாள். தாமோதர மாமா கட்டிலில் அமர்ந்தபடியே ஊன்று தடியால் நாயைப் பொய்க்கோபத்துடன் விரட்டினார். மாமாவுக்கு கைகள் நடுங்கின. சுருக்கிட்ட முகத்தில் கண்கள் உள் ஒடுங்கிப் போய் இருந்தன. சதையெல்லாம் வடிந்து எலும்புக் கூடுபோல இருந்தார்.

இவள் அமைதியாக எதுவும் பேசாமலே உட்கார்ந்து இருந்தாள். திண்ணை எங்கும் ஆங்காங்கே தோக்குருவிப் புழுக்கைகள் விழுந்து சிதறிக் கிடந்தன. திடீரென கட்டிலருகிலிருந்து அசூசையான நாற்றம் வீசியது. மாமா நடுங்கும் விரலிடையே சுருட்டைப் பற்ற வைத்து புகைத்தார். இருமல் எடுத்து தொண்டையைச் செருமினார். மார்ச்சளி முற்றிய கோழையைக் காறி வாசலில் துப்பினார். ஏதோ பேச முயன்று முயன்று தோற்றார். அப்போது கட்டுத்தரைப் பக்கமிருந்து கோழிகளும் சேவல்களும் குமுக்காக வந்து மாமாவின் கட்டிலில் ஏறின. மாமா சுருட்டை வீசிவிட்டு சேவல் ஒன்றைப் பிடித்து மடியில் கிடத்தி வாஞ்சையாகத் தடவிக் கொடுத்துக் கொண்டே பேசினார்.

'இப்ப எனக்கு இந்த நாயும் கோழிகளும்தான் துணை... நாய்க்கு கூட நான் சோறு போடறதில்லை... எங்கயோ போய் தின்னுட்டு

வந்து எனக்கு விசுவாசமா காவலிருக்கு.... இந்தக் கோழிகளும் இப்படித்தான்... என் சுருட்டுக்கு காசாகிக்கிட்டு இருக்கு...'

மாமா இருமலோடு விரக்தியாகச் சிரித்தார். பின் தலையணைக்குள் கையை விட்டு காகிதப் பொட்டலத்தை எடுத்துப் பிரித்தார். இலைத் துகளை நடுங்கும் உள்ளங்கையில் கொட்டித் தேய்த்து சுருட்டில் நிரப்பினார். பற்ற வைத்துப் புகைவிடுவதில் ஆழ்ந்தார். இவள் மாமாவையே பார்த்தபடி கேட்டாள்.

“கௌம்புங்க... ஹாஸ்பிடல் போகலாம்...”

“வேண்டாம் புள்ள... இனி நான் அதிகநாள் தாங்க மாட்டேன்... நீ இருந்து நல்லடக்கம் பண்ணிபோடு...”

மாமா கையெடுத்துக் கும்பிட்டார். கண்களில் நீர் வடிந்தது.

* * *

தாழ்வாரத்துக் கூரை மீது கொண்டலாத்திகள் நடந்தபடி குரலிட்டன. இவள் திண்ணைப் பாயில் உட்கார்ந்து எட்டாம் வகுப்பு அறிவியல் புத்தகத்தை விரித்தாள். கட்டுத்தரைப் பக்கமிருந்து அம்மத்தா சப்தமிட்டு இவளைக் கூப்பிட்டுக் கொண்டே இருந்தாள். இவள் சடைவுடன் எழுந்து போனாள். பசுமாடுகளுக்கு ஊறத் தாழியில் தவிடு கலக்கிக் கொண்டிருந்த அம்மத்தா நிமிராமலேயே இவளிடம் பேசினாள். 'மாந்தோப்புக்குள மேயற மாடுக இன்னும் கட்டுத்தரைக்கு வரல... சாயங்காலத்துல இருந்தே கண்ணுலேயும் தட்டுப்படலே... கண்ணுக்குட்டிக வேற கத்துது... பால் கறக்கற நேரமாச்சு... உம் மாமாக்காரனையும் வேற காணல... மோட்டர பைக்க எடுத்துக்கிட்டு எங்கோ தொலைஞ்சுட்டான்... நீ ஒரு எட்டு போய் என்னன்னு பாத்துட்டு வாம்மினி....'

இவள் கவைக்குச்சியை எடுத்துக்கொண்டு புறப்பட்டாள். மாந்தோப்பு எங்கும் அந்திப் பொழுதின் மஞ்சள் வெயில். மார்கழியின் துவக்கம். மாமொக்குகள் பூவாய் விரியும் தருணம். மலைத் தேனீக்களின் ரீங்கரிப்பு. முழங்கால் உயரம் வளர்ந்திருந்த மத்தங்காப் புற்களை மிதித்தபடியே நடந்து மாடுகளைத் தேடினாள். மாடுகள் தென்படவேயில்லை. வெகுநேரத்துக்குப் பின்பு ஈசானிய மூலையோரம் கிணற்று மேட்டுப் புளியமரத்தையே வெறித்தபடி ஆறு மாடுகளும் நிற்பதை இவள் கண்டாள். மாடுகளின் கண்களில் மிரட்சி. இவள் கிட்டத்தில் போனாள். கற்குவியல் மீது பிணையல் பாம்புகள் நர்த்தனம் புரிந்துகொண்டிருந்தன. இவளுக்கு முதன்முறையாகப் பாம்புகள் பிணையலாடுவதைக் காணும் வாய்ப்பு. ஒருவித பிரமிப்பு.

வெளிச்சம் மங்கியும் பாம்புகள் பிணையலைப் பிரிக்கவில்லை. மாடுகளும் நகர மறுத்துவிட்டன. இவள் திரும்பி வீட்டுக்கு ஓடி வந்தாள்.

வாசலில் மாமாவின் புல்லட் நின்றிருந்தது. கட்டுத்தரை கல்கட்டு மதிலில் சாய்ந்து நின்று சுருட்டு புகைத்துக் கொண்டிருந்த மாமா கேட்டார்.

'மாடுக எங்க புள்ள..?'

இவள் பெருமூச்சு வாங்க நடந்ததைச் சொன்னாள். மாமா வேட்டியை மடித்துக் கட்டியபடி இவள் கூட கிளம்பினார்.

மாடுகள் இன்னும் புளியமரத்தடியையே வெறித்தபடி இருந்தன. படுகிடைக்கல் ஒன்றின்மீது பிணையல் பாம்புகளின் களிநடனம். பாம்புகள் தொய்வடையவேயில்லை. மாமா சிறிது நேரம் பிணையல் ஆட்டத்தை அமைதியாகப் பார்த்துக் கொண்டிருந்தார். பின் இருந்திருந்தாற்போல் கீழே குனிந்து கல்லை எடுத்துப் பாம்புகளைக் குறி பார்த்து வீசினார். கல் பாம்புகளின் அருகாமையில் விழுந்து தெறித்தது. பாம்புகள் திடுக்கிட்டுப் பிணையலை விலக்கின. சருகுக்குள் தாவி கல்லிடுக்குக்குள் மறைந்து போயின. மாடுகளை ஓட்டிக் கொண்டு கட்டுத்தரை திரும்பும்போது மாமா சொன்னார்.

'பொணையல் பாம்புகளுக்கு ரோசம் அதிகமுன்னு சொல்லு வாங்க... தொந்தரவு செஞ்சவங்கள பழி வாங்காம வுடாதாம்... நாம இனி இந்தப்பக்கம் வரும்போது ஜாக்கிரதையா இருக்கணும்....'

மூன்று தினங்கள் போயிருந்தன. அன்று பொழுது இறங்கும் நேரம். மாந்தோப்புக்குள் மேய்ந்த மாடுகள் கட்டுத்தரை திரும்பிக் கொண்டிருந்தன. இவளும் அம்மத்தாவும் ஒவ்வொரு மாடாகப் பிடித்து முளைக்குச்சியில் கட்டிக்கொண்டிருந்தனர். கறவை மாட்டை மட்டும் காணவில்லை. அதன் இளங்கன்று கத்தத் துவங்கிவிட்டது. அம்மத்தா பதட்டமானாள்.

'பட்டியால நேரந்தான்... இந்த வெளங்காத நாயி... தொண்டு சுத்த போயிருவான்... வா சாமி.. நாம போயி பாத்துட்டு வருவோம்...'

மாந்தோப்புக்குள் நாலாதிக்கிலும் இருவர் கண்களும் துழாவின. கறவை மாடு இருப்பதற்கான எவ்வித அடையாளமுமே இல்லை. கொஞ்ச நேரத்துக்குப் பின் சோர்வுடன் நின்றிருந்த அம்மத்தா மாந்தோப்பின் வடகிழக்கு ஈசானிய மூலைக்கு நேர் மேலே ஆகாயத்தில் முயலடி சிறகசைத்தபடி ஒரே இடத்தில் நகராமல் நின்று கீழே குறி பார்த்துக் கொண்டிருப்பதைக் கண்டாள். உடனே அம்மத்தா புற்களை விலக்கி ஓடினாள். இவளும் பின்னே ஓடினாள். புற்களுக்கிடையே கறவை மாடு ஒருபக்கமாகச் சரிந்து படுத்துக் கிடந்தது. நெடுமூச்சு வாங்கிற்று. வாயில் நுரை ஒழுகியிருந்தது. உரோமங்கள் சிட்டெடுத்திருந்தன. அம்மத்தா மாட்டின் நெற்றியைத் தொட்டுப் பார்த்தாள்.

‘விறுவிறுன்னு கெடக்கு... பாம்பு கடிச்சிருச்சுன்னு நெனைக்கிறேன்... விஷம் ஏறி வயிறு உப்பிக்கிட்டு இருக்கு...’

‘அப்ப பிணையல் பாம்புதான் கடிச்சிருக்கும் அம்மத்தா....’

‘இருக்கும்... அதுகளுக்கு இதுக தொந்தரவா பட்டிருக்கும்...’

அம்மத்தா விரைவாக பனைச்சாலடிக்கு போய் காய்ந்த பனங்கருக்கை எடுத்துக் கொண்டு வந்தாள். மாட்டின் விறைத்து நின்ற காதுகளை அறுக்க முயன்றாள். ஆனால் ஆழமாக அறுக்க முடியவில்லை.

‘காதுல இருந்து ரத்தம் சொட்டுச்சுன்னா... வெசம் எறங்கி... மாடு பொழைச்சுக்கும்...’

வெளிச்சம் மங்கி இருள் சூழ்ந்தது. ரத்தம் வடியவில்லை. மாடு அசைவின்றியே கிடந்தது. அம்மத்தா இவளைக் கூட்டிக் கொண்டு கட்டுத்தரைக்கே வந்தாள். மாமா வரும்வரை வேறு யோசனையின்றி கட்டுத்தரையிலேயே நின்றாள். மாமாவிடம் கறவை மாட்டின் நிலையைச் சொல்லும்போது அம்மத்தாவுக்கு கண்களில் நீர் சுரந்து விட்டது.

மாமா ஊருக்குள் போய் மாட்டு வைத்தியரைக் கூட்டி வந்தார்.. அம்மத்தா லாந்தரைப் பற்ற வைத்து எடுத்துக் கொண்டாள். நால்வரும் புற்களிடையே கால்களைப் பார்த்துப் பார்த்து வைத்து நடந்தனர். மாமா பிணையல் பாம்புகளைப் பற்றிப் பேசியபடியே வந்தார். மாட்டின் சுவாசம் தாழ்ந்திருந்தது. மாட்டு வைத்தியர் மாட்டின் இரு மூக்கிலும் ஏதோ பச்சிலையைப் பிழிந்து விட்டார்.

‘நாக பூச்சி வெசம்.... தலைக்கு ஏறியிருச்சு... பலமா கடிச்சிருக்கு... இது பொணையல் பாம்போட வேலதான்... மாடு கொம்புல குத்தி பொணையலைக் கலைச்சிருக்கும்... இல்லீனா இப்படிக் கடிக்காது...’

அம்மத்தா கேட்டாள்.

‘மாடு பொழச்சுக்குமா அப்புனு...?’

‘மாட்டுக்கு வயிறு உப்புசம் தணியனும்... சாணி போட்டு நீர் வார்த்துச்சுன்னா... சட்டுனு எந்திருச்சுரும்... அதுவரைக்கும் சொல்ல முடியாது...’

மாட்டு வைத்தியர் புற்கள் மேல் சம்மணமிட்டு உட்கார்ந்தார். மாமா சுருட்டு இலையைப் பிரித்து துகளை மாற்றி பற்ற வைத்தார். கண்கள் சொருகப் புகையை உள்ளே இழுத்து வெளியே விட்டார். லாந்தர் கண்ணாடியில் சிறு இரவுப்பூச்சிகள் வந்து மோதின. மாடு கொழகொழவென சாணி போட்டது. வாயைப் பிளந்து மேய்ந்த புற்களைக் கதக்கியது. பின்னங்காலை உதறி எழ முயன்றது. மாட்டு வைத்தியர் எழுந்தார்.

‘எந்த சாமி புண்ணியமோ… மாடு பொழச்சுக்குச்சு… நீ உடனே ஒன்னு செய்யி தாமோதரா… சிறுவாணி பக்கத்துல கூத்தாடி மலையடிவாரத்துல எனக்குத் தெரிஞ்ச பிடாரன் ஒருத்தன் இருக்கான்… அவனப் போய் கூட்டிக்கிட்டு வந்தீனா… சித்த நேரத்துல பொணையல் பாம்புகளை புடுச்சுக் கொண்டு போயிருவான்… இன்னிக்கு மாட்டக் கடிச்சது நாளைக்கு மனுசன கடிக்காதுன்னு என்ன நிச்சயம்…?’

மறுதினம் பின்மதியத்தில் மாமா பிடாரனை அழைத்துக் கொண்டு தோட்டம் வந்து சேர்ந்தார். புல்லட்டிலிருந்து இறங்கியதும் பிடாரன் கிணற்று மேட்டுக்கு வழி கேட்டு நடந்தார். துண்டால் தலையைச் சுற்றி முண்டாசு கட்டியிருந்தார். தோளில் அழுக்கான தோல்பை தொங்கவிட்டிருந்தார். பாதி நரைத்த கனமீசை. கடைவாயில் புகையிலை அதக்கல்.

இவளும் மாமாவும் தொலைவாரியிலேயே நின்று கொண்டனர். பிடாரன் எவ்வித அச்சமுமின்றி புளியமரத்துக் கற்குவியலுக்கிடையே சென்றார். ஒவ்வொரு கல்லிடைச் சந்துகளையும் குனிந்து பார்த்தார். பாம்புகள் பிணையலாடிய படுகிடைக்கல் மீது ஏறி உட்கார்ந்து தோல்பையிலிருந்து மகுடியை எடுத்து ஊதினார். பிற்பகலின் மித வெய்யில். எங்கும் பெருநிசப்தம். தனித்த மகுடி ஓசை. பிணையல் பாம்புகள் வெளிவரவில்லை. பிடாரன் மகுடி ஊதி ஊதிக் களைத்துப் போனார். மகுடியைத் தோல் பையில் வைத்துக் கொண்டு எழுந்து தொலைவாரிக்கு வந்தார்.

‘கள்ளங் கண்டிருச்சு… கொஞ்சம் பொறுத்துதான் புடிக்கணும்… சின்னவரே…’

மாமா பதில் பேசவில்லை. சோளக்காடு வந்ததும் பிடாரனைக் கூட்டிக் கொண்டு உள்ளே போனார். இவள் திரும்பி மறுபடியும் கிணற்று மேடு போனாள். அதே படுகிடைக்கல் மீது பிணையல் பாம்புகள் தன்னிலை மறந்து பிணையல் ஆடிக் கொண்டிருந்தன.

இவள் ஓசையின்றி திரும்பிச் சோளக்காட்டு வரப்புக்கு வந்தாள். மாமாவையும் பிடாரனையும் சப்தமிட்டுக் கூப்பிட்டாள். இருவரும் சோளத்தட்டுக்களை ஒதுக்கிக் கொண்டு வரப்புக்கு வந்தனர். மூவரும் கிணற்று மேடு போனபோது படுகிடைக்கல் வெறிச்சிட்டுக் கிடந்தது. பிடாரன் மாமாவிடம் சொன்னார்.

‘இப்ப தெரிஞ்சுக்கிட்டீங்களா சின்னவரே… இந்தப் பாம்புக எப்படிப் பட்டதுன்னு… இனி நான் என்னோட வேலயக்காட்டுறேன்…’

அன்றிரவு தாழ்வாரத்துத் திண்ணையில் பிடாரனுக்கு வாழையிலையில் சாதம் பரிமாறியபடி அம்மத்தா பேசினாள்.

“பாம்பாட்டியாரே... உங்களப் பார்த்தா ரொம்ப நல்லவரா தெரியுது.... இவந்தான் கஞ்சாப் போதையிலே புரியாம பாம்பப் புடிக்கறேன்னு திரியரான்னா... நீங்க புத்திமதி சொல்லவேண்டாமா.... அப்புறம் பாம்புக ஒரே எடத்துல வசிக்கிற ஜீவனுமில்ல... கொஞ்ச நாள் போனா அதுக வேற எடம் பாத்து போயிரும்.... ஆனா நாம அப்படியில்லையே... இங்கதானே இருந்தாகனும்.... வெடியாலே நான் உங்க வழிச்செலவுக்கு பணம் தாறேன்... இவங்கோட சேராம உங்க ஊரப் பாத்துப் போயிருங்க....”

“ஆத்தா... உங்களுக்கு பாம்பாட்டியின்னா ஏதோ எளக்காரமா தெரியுது... நாங்க அந்த ஈசுவரனோட வடிவம்... ஒரு காலத்துல ஒரு ராசாவக் கொல்லறதுக்கு அவனோட விரோதியான சிற்றரசன் குடத்துல கொடிய விசப்பாம்ப வெச்சு அனுப்புச்சுட்டானாம்... நாடாளுற நல்ல ராசா சாகப்போறத அந்த ஈசுவரனே பொறுக்க முடியாம என்னை மாதிரி பிடாரனா வடிவம் எடுத்து.. அங்க போயி... அந்தக் குடத்துப் பாம்ப புடிச்சுக்கிட்டு.. அந்த ராசாவக் காப்பாத்தினாராம்... அப்புறம் அந்த பாம்பப் புடிச்சு ஆட்டிக்கிட்டே அந்த சிற்றரசன் கிட்டே போனாராம்... கெடுதல் செஞ்ச அந்த சிற்றரசனை அந்த பாம்ப வெச்சே கடிக்கவுட்டு கொன்னாராம்... நாங்க அந்த ஈசுவரனப் போல எப்பவும் நல்லது செய்யத்தான் வருவோம்...”

“இந்தக் கதையெல்லாம் இங்க வேண்டாம்... நீங்க போயிருங்க...”

“பாம்புகளப் புடிக்காம நான் எங்க ஊருக்குப் போனா... அது எங்க வம்சத்துக்குகே அவமானம்.... நாளைக்குப் பாருங்க... இந்தப் பாம்புகள எப்படி புடிக்கறேன்னு...”

விடிந்ததும் பிடாரன் மாமாவைக் கூட்டிக் கொண்டு புல்லட்டில் கிளம்பிப் போனார். இளமதியம் வாக்கில் தோட்டத்துக்கு திரும்பி வந்தார். பிடாரன் கையில் ஒரு சிறிய கத்தக்கொடி கூடை. கிணற்றுமேடு போய் கற்குவியலிடையே நின்று கத்தக்கொடிக் கூடையைத் திறந்தார். பெரிய நாகம் மண்டலம் பிரித்து வெளிப் பட்டது.

“சின்னவரே... இந்த நாகன வெச்சே பிணையல் பாம்புகளைப் புடிக்கப் போறேன்... நீங்க ரெண்டு பேரும் தூரப் போயிருங்க....”

கிணற்று மேடு வந்து நின்று கொண்ட இவளுக்கும் மாமாவுக் கும் இன்று எப்படியாவது பிடாரன் பிணையல் பாம்புகளை பிடித்து விடுவார் என்றே தோன்றியது. பிடாரன் மகுடியை எடுத்து ஊதினார். நாகம் படம் விரித்து ஆடியது. மகுடியை ஊதினாலும் பிடாரனின் கண்கள் பிணையல் பாம்புகளையே எதிர்பார்த்து தேடின. வெகுநேரமாகியும் பிணையல் பாம்புகள் வெளிவரவே

இல்லை. பிடாரன் ஏமாற்றத்துடன் மகுடி ஊதுவதை நிறுத்தினார். நாகத்தைப் பிடித்து கத்தக்கொடிக் கூடையில் போட்டு மூடினார்.

"பாம்போட வாசனைக்கு பாம்பு வரும்... இதுக பெரிய எத்தனா இருக்கு... இனி உசிரோட புடிக்கப் போறதில்ல... அடிச்சுக் கொல்லப்போறேன்... பாவ புண்ணியம் பாத்தா ஆகாது... அதுக்கு முன்னால ஒரு காரியஞ் செய்யறேன்..."

பிடாரன் நேராகத் தாழ்வாரத் திண்ணைக்கு வந்தார். அம்மத் தாவிடம் ஒரு வெள்ளைத் துணியை வாங்கி மஞ்சள் நீரால் நனைத் தார். பின் இவளிடம் கொடுத்தார். மாமா புரியாமல் பார்த்தார்.

"சின்னவரே! இந்த மஞ்சத் துணிய பிணையலாடுற பாம்புக மேல வீசிப்போடனும்... உங்க அதிஷ்டமிருந்தா பிணையல் பாம்புக கோபம் தீர இந்த மஞ்சத் துணியக் கொத்தும்... அப்புறம் பிணையல் பாம்புக போன பின்னால அந்த மஞ்சத் துணிய எடுத்துக்கிட்டு வந்து அலமாரியில வெச்சு ஆருக்கும் தெரியாம இரகசியமா பூச பண்ணிட்டு வரனும்... எண்ணிக்கிட்டு ஆறே மாசம் நீங்க கோடீஸ் வரந்தான்..."

அம்மத்தா கேட்டாள்.

"அப்ப துணிய அந்த உருப்படாத நாயிகிட்ட குடுங்க... வலுசப் புள்ளகிட்ட எதுக்கு குடுத்திருக்கீங்க..."

"ஆத்தா! அம்மினி மொக ராசிக்குதான் பிணையல் பாம்புக தரிசனம் கெடைக்குது.... அதுதான் அம்மினியக் கூட்டிட்டு போகச் சொல்லியிருக்கேன்..."

* * *

தாமோதர மாமா கட்டிலில் இருந்து தடுமாறியபடி எழுந்தார். ஊன்றுகோலின் உதவியுடன் நடந்து தாழ்வாரத் திண்ணைக் கடந்து ஆசாரத்து அலமாரிக் கதவைத் திறந்தார். மஞ்சளில் நனைத்த வெள்ளைத் துணியை எடுத்து இவளிடம் நீட்டினார். இவள் வாங்கிக் கொண்டாள். பன்னிரெண்டு வருசங்கழித்தும் அந்த துணி அப் படியே இருந்தது. மாமா திரும்பவும் கட்டிலில் வந்து உட்கார்ந்து சுருட்டின் துகளை மாற்றியபடியே பேசினார்.

"அன்னிக்கு மட்டும் அந்த பிணையல் பாம்புக இந்த துணிய கொத்தீருந்துச்சினா... என்னோட நெலமை இப்படி இருந்திருக்கா துல்ல..."

இவள் பதில் ஏதும் கூறாமல் தோட்டத்துக்குள் சென்றாள். சோளக்காடு இருந்த இடம் இப்போது தரிசாகக் கிடந்தது. அன்று போலவே மஞ்சளில் நனைத்த வெள்ளைத் துணியை வலது கையில் பிடித்துக் கொண்டு கிணற்றுமேட்டை நோக்கி நடந்தாள். திடீரென

காற்றுக்கு சோளத் தோகைகள் உராயும் ஓசை. கிணற்று மேட்டி லிருந்து பிணையல் பாம்புகள் துரத்தி வருவது போலவே பிரமை.

* * *

சோளக்காடு எங்கும் பால்பூட்டையின் வாசனை. இவள் வரப்புக் கோமாளி நின்ற இடத்தில் அப்படியே உட்கார்ந்தாள். சோளத் தட்டுகளின் அசைவொலி கூட பாம்பென பயமுறுத்தியது. கிணற்றில் குதித்த மாமாவை இன்னும் காணவில்லை. அப்போது சோளக் காட்டுக்குள்ளிருந்து பிடாரனின் பாடல் கேட்டது.

“பாம்பு ஆயிரம்...

பனை ஆயிரம்...”

இவள் பிடாரனின் பாடல் கேட்கும் திசையை நோக்கி சோளத் தட்டுக்களுக்குள் புகுந்து நடந்தாள். பிடாரன் உட்கார்ந்து பாடிக் கொண்டிருந்த இடத்தில் சோளத்தட்டுகளே இல்லை. துளிர்க்கும் மல்லி செடிபோல ஒரு செடி பயிரிடப்பட்டிருந்தது. இவளைக் கண்டதும் பிடாரன் பாடுவதை நிறுத்திவிட்டுச் சொன்னார்.

“இது காட்டுப் புளிச்ச கீரை கண்ணு... துவையலுக்காக உங்க மாமா வெள்ளாம பண்ணியிருக்கறாரு...”

இவள் எதுவும் பேசாமல் வீட்டுக்கு வந்துவிட்டாள். சாயங் காலத்தில் மாமாவும் பிடாரனும் புல்லட்டில் வெளியே கிளம்பிப் போனபின்னால் இவள் அம்மத்தாவைக் கூட்டிக்கொண்டு போய் காண்பித்தாள். அம்மத்தா அந்தச் செடியின் இலைகளைக் கிள்ளி கசக்கி முகர்ந்து பார்த்தாள்.

அன்றிரவு நடுச்சாமத்தில் இவளுக்கு தூக்கம் கலைந்தபோது அம்மத்தா தாழ்வாரத் திண்ணையில் உட்கார்ந்து மாமாவிடம் சொல்லிக்கொண்டிருந்ததைக் கேட்டாள்.

“அடேய்... புண்ணியமாப் போவுட்டு.. இந்த கஞ்சாச் செடி களை அழிச்சுப்போடு. போலீசு கீது வந்துச்சுன்னா... நம்ம மானம் மருகாதி எல்லாம் போயிரும்...”

மறுநாள் மதியத்தில் பிடாரன் நான்கைந்து போலீசுக்காரர் களை தோட்டத்திற்குக் கூட்டி வந்தார். சோளக்காட்டுக்குள் போய் கஞ்சாச் செடிகளைப் பார்வையிட்ட போலீசுகாரர்கள் மாமாவை விலங்கிட்டு இழுத்துப் போனார்கள். அன்று அகாலத்தில் பிடாரன் வாசலில் வந்து நின்று கூப்பிட்டார். அம்மத்தா பணத்தை எடுத்துக் கொண்டு போய் பிடாரனுக்கு கொடுத்தாள். பிடாரன் எதுவும் பேசாமல் இருளில் இறங்கி மறைந்து போனார். மாமா சிறையிலிருந்து விடுதலையாவதற்கு முன்பே அம்மத்தா இவளை அழைத்துப்போய் சாமியார் மடத்தில் சேர்த்துவிட்டாள். அங்கு நீல அங்கியணிந்த

கன்னியாஸ்திரி இவளுக்குத் தெரசா என பெயரை மாற்றினாள். இவளால் அங்கு இருக்கவே முடியவில்லை. ஒருமுறை பார்க்க வந்த அம்மத்தாவிடம் அழுதாள்.

"அடியேய்... இப்ப நீ சின்னப்பொண்ணு கெடையாது... உம்மாமன் கஞ்சா போதையில ஒருநேரமாதிரி ஒருநேரம் இருக்க மாட்டான்..."

அந்த வருஷம் முழுப்பரிட்சை விடுமுறையில் இவள் ஊருக்கு வந்தபோதுதான் மாமாவும் சிறையிலிருந்து விடுதலையாகி வந்தார். அன்று அந்தி ஒளி மங்கிய நேரம். மாமா மடக்கு சூரியை புல்லட்டின் பெட்டியில் வைத்துக்கொண்டு புறப்பட்டார். அம்மத்தா வழிமறித்து நின்று சப்தமிட்டாள்.

"அடேய்.. அந்த பிடாரன போய் எதாச்சும் செஞ்சுறாதே... நீ திருந்தனும்கறதுக்காக சாமியே பிடாரன் வடிவத்தில வந்திருக்கு துன்னு நெனைச்சு... பொழைக்கிற வழியப் பாரு..."

"அவனொரு துரோகி... அவன சும்மாவுடரதுக்கு நானென்ன கேணப்பயல்ன்னு... நெனைச்சியா..."

"சிறைக் கெரகம் புடிச்சு திரியற நாயி... குத்தறதுன்னா என்னக் குத்து... நாந்தான்டா உன்னப் போலீசுல புடிச்சுக் குடுக்கச் சொன் னேன்..."

மாமா புல்லட்டிலிருந்து இறங்கி வந்து அம்மத்தாவைக் காலால் எட்டி உதைத்தார். அம்மத்தா நிலைகுலைந்து வாசலில் விழுந்து உருண்டாள். பின்னந்தலையிலிருந்து ரத்தம் கசிந்தது. ஆசாரத்து நிலைப்படியில் நின்றுகொண்டிருந்த இவள் ஓடிப்போய் அம்மத்தாவை தூக்கினாள். தலை தொங்கிப் போனது. சுவாசம் இல்லை. மாமா அருகில் வந்து சொன்னார்.

"என்னடி பாக்கறே... போயி கேசு குடுக்கிறதுன்னா குடு... எனக்கு ஜெயில் ஒண்ணும் புதுசில்ல..."

மாமா அவசரமாக நீர்குடத்தைத் தூக்கிவந்து அம்மத்தா அருகில் வைத்தார். பாதி நீர் சிந்தியதுபோல கவிழ்த்துவிட்டார். குடத்தின் அடிப்பகுதியை கல்லால் குத்தி ஒடுக்கு ஏற்படுத்தினார். பின் ஊருக்குள் போய்ப் பங்காளிகளைக் கூட்டி வந்தார். மாமா துண்டை வாயில் பொத்திக்கொண்டு கண்கலங்கியபடி சொல்லிக் கொண்டிருந்தார்.

"தண்ணிக் கொடத்த தூக்கிட்டு வரும்போது... கெழவிக்கு எப்படியோ கால் எடறிருச்சு... உழுந்ததுதான் தெரியும்.. பொசுக் குன்னு போயிருச்சு..."

இவளால் மனசுக்குள் பெருகிய ஆத்திரத்தைக் கட்டுப்படுத்த முடியவில்லை. காவல் நிலையத்திற்குத் தகவல் கொடுத்தாள். மறு

படியும் போலீசு வந்து மாமாவை விலங்கிட்டு அழைத்துப் போனது. இவள் பன்னிரெண்டாம் வகுப்புவரை சாமியார் மடத்தின் ஆதரவி லேயே படித்துக்கொண்டாள். கல்லூரியில் சேர பணமில்லை. எங்காவது வேலைக்குப் போகலாம் என முடிவு செய்தாள். அந்தச் சமயத்தில் விடுதிக் காவலாளி வந்து இவளை நுழைவாயிலுக்கு கூட்டிப் போனார். அங்கு பிடாரன் நின்றிருந்தார்.

"அம்மிணி... உங்க அம்மத்தா சாகறதுக்கு முன்னால எங்கிட்ட நகையும் பணமும் குடுத்து... உனக்கு பெரிய படிப்பு முடியற வரைக் கும் பீஸ் கட்டிருன்னு சொல்லியிருக்கு... அதுதான் வந்தேன்..."

இவளுக்கு அம்மத்தாவை நினைத்துக் கண்கலங்கியது. மேலும் பல ஆண்டுகள் கழிந்தன. தற்போது பெங்களூரில் வேலை. தனிமையான வாழ்க்கை. ஒருநாள் பிடாரன் பேசினார்.

"நானொரு சீக்காலியாகிவிட்டேன் அம்மிணி.. ஒரே ஒருமுறை என்னைப் பாக்க வரமுடியுமா...?"

* * *

இவள் கோவைக்கு மேற்கே கூத்தாடி மலையடிவாரம் போன போது வீட்டுவாசலில் பிடாரன் கட்டுச்சேவல்களுக்கு தீனி வைத்துக் கொண்டிருந்தார்.

"உங்க மாமா இப்ப ரொம்ப முடியாம கெடக்கறாரு அம்மினி... எங்க நீ மாமான்னு சொன்னா வரமாட்டேன்னு..."

பிடாரன் பேச்சை முடிக்கும்முன் இவள் திரும்பி நடந்தாள்.

"இப்ப உங்க மாமாவுக்கு உன்னவிட்டா ஆருமில்ல..."

"அன்னிக்கு காலேஜ் பீஸ் கட்டமுடியாம கெடந்தபோது... அவரவிட்டா எனக்கும் யாருமில்ல..."

பிடாரன் சப்தமாகச் சிரித்தார். இவள் திரும்பிப் பார்த்தாள்.

"உனக்கு பீஸ் கட்டினதே உங்க மாமாதான்... எங்க அவரு பணமுன்னு தெரிஞ்சா நீ வேண்டாமுன்னு சொல்லிருவீன்னு அவர்தான் அம்மத்தா பணமுன்னு பொய் சொல்லச் சொன்னாரு..."

* * *

திடீரென சருகுகளுக்குள்ளிருந்து பிணையல் பாம்புகள் ஊர்ந்து வந்து படுகிடைக்கல் மீதேறி ஆடின. கிணற்றுமேட்டில் உட்கார்ந்து கொண்டிருந்த இவள் திகைத்துப் போனாள். இத்தனை வருஷங் களுக்குப் பின்னாலும் இந்த பாம்புகள் அப்படியே இருந்தன. இப்போது இவளுக்குப் பயமில்லை. மஞ்சள் துணியை எடுத்துக் கொண்டு பிணையலாடும் பாம்புகளை நெருங்கினாள். பாம்புகளும்

இவளைப் பொருட்படுத்தவில்லை. மஞ்சள் துணியைப் பாம்புகள் மீது வீசிப்போட்டாள். இரு பாம்புகளும் பிணையலைப் பிரித்து மஞ்சள் துணியை மூர்க்கமாகக் கொத்தின. பின் அமைதியாகச் சருகுகளுக்குள் புகுந்து மறைந்து போயின. இவளுக்கு ஆச்சரியம் நீங்கவில்லை. மஞ்சள் துணியை எடுத்துக்கொண்டு வீடு வந்தாள். முதலில் மாமாவால் நம்பமுடியவில்லை. பின் மஞ்சள் துணியை நடுங்கும் கைகளால் வாங்கி வெகுநேரம் பார்த்தபடியே இருந்தார். கண்கள் பிரகாசமடைந்தன. சட்டென எழுந்தார்.

"ஆசுப்பத்திரி கூட்டிட்டு போ புள்ள..."

அந்தநேரம் அருகாமையில் பிடாரனின் பாடல் ஒலிப்பதை இவள் கேட்டாள்.

"பாம்பு ஆயிரம்
பனை ஆயிரம்
புளியன் ஆயிரம்
புங்கன் ஆயிரம்...."

○

மண் உருவாரங்கள்

நிசப்தம் சூழ்ந்த பின்னிரவு. அடர்ந்த இருள்வெளி. ஊரைக் கடந்து நான் வடக்கு நோக்கி ஓடியபடியே இருந்தேன். உச்சி வானிலிருந்து எரிநட்சத்திரங்கள் சரிந்து விழுந்துகொண்டே இருந்தன. நெடும்பனைகள் நிறைந்த நிழலியாற்றங்கரை மேட்டில் வங்கநரிகள் இடைவிடாமல் ஊளையிட்டுக்கொண்டே இருந்தன. மாகாளியம்மன் வெளிக்கோபுரத்திலிருந்து மாடப்புறாக்கள் கூட்டம் கூட்டமாக எழுந்து பறந்து வட்டமடித்தன. வழியெங்கும் காலத்தால் சிதைவுறாமல் நின்ற ஆயிரக்கணக்கான மண் உருவாரங்கள் என்னையே வெறித்தன. அதன் கண்கள் இளஞ்சிவப்பு ஒளிபெற்றுச் சுடர்ந்தன.

மண் உருவாரக் குதிரைகள் முன்னங்கால் தூக்கிக் கனைத்தன. யானைகள் நிலைகொள்ளாமல் துதிக்கையை உயர்த்திப் பிளிறின. ஆடுகள், மாடுகள் ஒருசேரக் குரலிட்டன. நாய்கள் குரைத்தன. பாம்புகள் படம் விரித்து சீறின. மனித உருவாரங்கள் அகோரமாய்ச் சிரித்தன.

நான் தன்வயம் இழந்த நிலையில் ஒதுங்கி ஒதுங்கிக் கோவிலைக் குறி வைத்து முன்னேறினேன். வானில் பளீரென்ற மின்னல். நிலம் அதிர கனத்த இடி. மழை கொட்டத் தொடங்கியது. உயிர் பெற்ற மண் உருவாரங்கள் என்னை வழிமறித்தன. நான் ஓட்டத்தை மட்டும் நிறுத்தவில்லை. இப்படி எதற்காக ஓடி வருகிறேன் என்பதும் புரியவில்லை. காலடியில் மழைநீர் பெருகி வழிந்தோடியது. திடீரெனத் துப்பாக்கி வெடிக்கும் சப்தம். ஆகாயத்தில் தீப்பிழம்பு தோன்றி மறைந்தது. இடைக்கச்சையில் துப்பாக்கியைச் சொருகியபடி எட்வின் துரை குறுக்கே வந்து நின்றார். நான் பெருமூச்சு அடங்காமல் துரையையே பார்த்தேன். துரையின் கண்கள் சட்டென மூடிக் கொண்டன. நிலத்தில் சரிந்து விழுந்தார்.

மழைத்துளிகள் அடர்வு கொண்டன. துரையின் மண் உருவாரம் சிறிது சிறிதாகக் கரைந்து மழை நீரோடு கலந்தது. சற்று நேரத்தில் துரை இருந்த சுவடே தெரியவில்லை. மற்ற மண் உருவாரங்கள் இயல்பு நிலைக்குத் திரும்பி என்னை நெருங்கி வந்து வட்டமிட்டு நின்றன. அவைகளும் மழைநீரில் கரைந்து காணாமல் போயின. அந்த இடமே வெறுமையாயிற்று. நான் மட்டும் தனித்து நின்றேன். மழை வலுத்துப் பெய்தபடியே இருந்தது. உச்சி வானிலிருந்து துரையின் குரலில் அசரீரி கேட்டது.

“படைப்பென்று எதுவுமில்லை... அழிவென்று எதுவுமில்லை...”

அசரீரி எட்டுத்திக்கிலும் எதிரொலித்தபடியே இருந்தது. திடீரென கருமுகில் வானம் வெளுத்தது. மழை ஓய்ந்தது. அதிக ஒளியுடன் நட்சத்திரங்கள் மின்னின. எங்கும் பகல் போல வெளிச்சம் பரவிற்று. நான் வேகவேகமாகக் காலடி மண்ணைப் பிசைந்தேன். களிமண் குழைந்து இலகுவானது. துரையின் உருவாரத்தை முதலில் செய்தேன். அடுத்தடுத்துக் குதிரைகள், யானைகள், ஆடுகள், மாடுகள், பாம்புகள் என உருவாரம் கொண்டன. மனித உருவாரங்களும் முழுமை பெற்றன. மீண்டும் உச்சி வானில் இருந்து துரையின் குரலில் அசரீரி கேட்டது.

“படைப்பென்று எதுவுமில்லை... அழிவென்று எதுவுமில்லை...”

மண்திண்ணையில் படுத்திருந்த நான் விழித்தெழுந்தேன். என் நெடுமூச்சு இன்னும் அடங்கவில்லை. வெளியே இருள் பிரியாத வைகறை. பனையோலைக் கூரையில் கூடுகட்டியிருந்த வானாஞ் சிட்டுகள் முனகின. நான் கனவின் பிரமிப்பில் இருந்து மீளாமல் உட்கார்ந்திருந்தேன். அறுபது வருடங்களுக்குப் பின்னால் இரண்டாவது முறையாக இந்தக் கனவைக் காண்கிறேன். இந்தக் கனவின் தாத்பரியத்தை உள்ளுக்குள் உணர ஆரம்பித்தேன். இந்தக் கனவு என் வாழ்வில் ஏதோ ஒரு மாற்றத்தின் அறிகுறி என்பது புரிந்தது.

நேரம் கடந்தது. சூளைச் சுவற்றில் அணைந்திருந்தச் சேவல்கள் கூவத் தொடங்கின. சூளைச்சாம்பலின் வாசனை குளிர்வாடைக் காற்றில் கலந்து வந்தது. களிமண் குத்தாரிகள் காய்ந்து வெடிப்புண்டு கிடந்தன. இந்த மாகாளியம்மன் சாட்டுக்கும் நூற்றுக்கு அதிகமான மண் உருவாரங்கள் செய்து கொடுக்கச் சொல்லி ஊர்சனங்கள் வேண்டியிருக்கிறார்கள். தொண்ணூறு வயதில் தனியொருவனாய் மண் உருவாரங்களைச் செய்ய முடியுமா எனத் தெரியவில்லை.

நான் விரைசலாக வீதியில் இறங்கி நடந்தேன். ஊரின் இயக்கம் இன்னும் தொடங்கவில்லை. நிழலி ஆற்றங்கரை மேடேறி மாகாளியம்மன் சன்னதி முன்புபோய் நின்றேன். இருமருங்கும் நேர்த்திக்கடன் செலுத்தப்பட்ட பழைய மண் உருவாரங்கள் வரிசையிட்டு நின்றன. வண்ணம் மங்கி, முற்றிலும் உதிர்ந்து போய், பாசி படிந்து கிடந்தன. எப்போது வேண்டுமானாலும் விழுந்து விடலாம் என்கிற நிலையில் சில உருவாரங்கள் இருந்தன. மனித உருவாரங்கள் சிலதிற்கு தலை புரண்டுபோய்த் தொங்கின.

நான் எட்வின் துரையின் உருவாரத்திற்கு முன்புபோய் நின்றேன். முறுக்கிய மீசை. இறங்கிய கிருதா. தீட்சண்யமான கண்கள் என துரை காலத்தால் சிதைவுறாமல் கம்பீரமாகவே நின்றார். நான் அதன் முன்பான தரையில் அமர்ந்து பார்த்தபடியே இருந்தேன். கீழ்வானம் வெளுத்து வெளிச்சம் பரவிக்கொண்டிருந்தது.

இரண்டாம் உலக யுத்தம் தீவிரமாக நடைபெற்றுக் கொண்டிருந்த நேரம். அப்போது எனக்குப் பதினான்கு வயது. அம்மா இறந்து பத்து தினங்கள் கூடப் பூர்த்தியாகவில்லை. வெள்ளைக்கார எட்வின் துரையின் உதவியாளராகப் பணிபுரிந்த அப்பா அவசரமாகத் துரையுடன் வெளியூர் புறப்பட வேண்டிய சூழல். மதராசில் என்னைத் தனியாக விட்டுப்போக அப்பாவிற்கு மனமில்லை. கூடக் கூட்டிக்கொண்டே கிளம்பினார். எட்வின் துரையின் ஜீப்பில் தென் மேற்குத் திசையை நோக்கிய பயணம்.

ஜீப்பின் முன்பகுதியில் அமர்ந்திருந்த எட்வின் துரை குடுவையிலிருந்து மதுவை ஊற்றிக் குடித்தபடியே வந்தார். அவ்வப்போது உடம்பு வலியால் துடித்தார். சில நேரங்களில் கைகால்கள் மரத்துப் போய் செயலற்றுக் கிடந்தார். துளியும் உறக்கம் வருவதில்லை. மாதக்கணக்காக இந்த விநோத வியாதியால் பீடிக்கப்பட்டு அவதியுறுவதாக அப்பா சொன்னார். அப்பாவும் துரை அருகில் அமர்ந்து துரையை ஆசுவாசப்படுத்தியபடியே வந்தார். கருங்கல் ஜல்லி பரப்பிக் கிட்டித்த மண் சாலையில் ஜீப் குலுங்கிக்குலுங்கி சென்றபடியே இருந்தது. ஏரிப்பாசனம் கொண்ட நெல் வயல்களையும், ஏற்றம் இறைக்கும் கிணற்று நீர்ப்பாசன விளைநிலங்களையும் ரசித்துக் கொண்டே நான் ஜீப்பின் பின்பகுதியில் அமைதியாக அமர்ந்து வந்தேன். ஆனாலும் வலி பொறுக்க முடியாத துரையின் கதறல் எனக்கு அச்சத்தை ஏற்படுத்திய வண்ணம் இருந்தது. வேதனை அதிகமாகும் தருணங்களில் துரை அப்பாவையும் ஓட்டுநரையும் கெட்ட வார்த்தையில் திட்டினார். அப்பாவோ வருத்தம் சிறிதும் காட்டாமல் தொடர்ந்து துரையை ஆறுதல் படுத்தியபடியே வந்தார்.

“துரை அவர்களே... இன்னும் இரண்டு நாளில் பாலக்காடு சென்றுவிடலாம்... அங்கு மூலிகை வைத்தியம் பார்த்தவுடனேயே உங்கள் உடல் வலி நீங்கி நல்ல உறக்கம் வந்துவிடும்... கவலைப் படாதீர்கள்.”

அன்று சாணி மெழுகிய களத்துமேடு ஒன்றில் அப்பா துரைக்கான கூடாரத்தைக் கட்டினார். சுற்றிலும் தினையும், வரகும் விளைந்து அறுவடைக்குத் தயாராக இருந்தன. துரை தன் குழல் துப்பாக்கியை எடுத்துக் கொண்டு வேட்டைக்குக் கிளம்பினார். துணைக்கு நான் போனேன். கூடாரத்தில் இருந்து தெற்கே அரை மைல் தூரம் நடந்தபின் மலைக்கரடு வந்தது. விடத்தலான் மரங்களும், அத்திக் கள்ளிகளும் நிறைந்த பாறைகளின் இடையே துரை மேல் நோக்கி நடந்தார். அந்தி மஞ்சள் வெய்யிலினூடே இலையுதிர்கால மரங்களின் சருகுகளிடையே முள்ளம்பன்றிகளும், முயல்களும் தாவித்தாவி ஓடின. செம்போத்துகள் குரலிட்டபடியே மரம் விட்டு மரம் பறந்து போயின. துரையினால் குறி பார்த்து எதையும் சுட முடியவில்லை. தொடர்ந்து தோற்றபடியே இருந்தார். எனக்குச் சலிப்பு

ஏற்பட்டது. இதை உணர்ந்துகொண்ட துரை என் அருகில் வந்து சிரித்தார். துரை தமிழிலேயே பேசினார்.

"நான் சிங்கம் புலிகளைத் தனியாளாக வேட்டையாடியவன்... இவைகளைச் சுடுவது எனக்குச் சுலபமான காரியம்... நான் வேண்டுமென்றேதான் குறி தவறிச் சுட்டேன்... உயிரின் மரணம், உடல் வலியின் ரணம் இப்போதுதான் எனக்குப் புரிய ஆரம்பித்திருக்கிறது..."

நான் துரையையே விளங்காமல் பார்த்தேன்.

"என் மனைவியும் குழந்தைகளும் லண்டனில் வசிக்கிறார்கள்... நான் கப்பலில் அங்கு போய்ச் சேர முப்பது நாட்களுக்கு மேலாகும்... அதுவரை நான் உயிரோடு இருக்கணும்... அதுக்கான வைத்தியத்தைத் தேடித்தான் இந்தப் பயணம்..."

துரை என் தோளில் கை போட்டுக்கொண்டு மலைக்கரடிலிருந்து கீழே இறங்கினார். இருவாட்சிகள் தலைக்கு மேலே பறந்து போயின. நாங்கள் கூடாரத்திற்கு வந்து சேர்ந்தபோது இருட்டிவிட்டது. காடாவிளக்கு வெளிச்சத்தில் உட்கார்ந்து நாங்கள் அப்பா சமைத்திருந்த நாட்டுக்கோழி கறிக்குழம்பை தினையரிசி சாதத்திற்கு ஊற்றிப் பிசைந்து சாப்பிட்டோம். முன்னிரவு கடந்தது. மதுவை அதிகமாகக் குடித்திருந்த போதும் துரைக்கு துளியும் தூக்கம் வரவில்லை. மேலும் உடம்பு வலியால் துடித்தார். அப்பா எழுந்து போய் துரைக்கு முள்எலித் தைலத்தைத் தேய்த்து நீவிவிட்டுக் கொண்டே இருந்தார். நானும் ஒட்டுநரும் வெந்நீர் ஒத்தடம் கொடுக்கும் வேலையில் இறங்கினோம். துரை மெல்லக் கண்ணயர்ந்தார். எங்களுக்கு நிம்மதி ஏற்பட்டது.

அந்த நேரம் கூடாரத்தின் அருகில் செல்லும் மண்பாதையில் திடீரென கொம்புகள் முழங்கின. கொட்டுமுழக்கு விசை கொண்டு அடிக்கப்பட்டது. தீவட்டி வெளிச்சத்தில் சனக்கூட்டம் மண் குதிரைகளைச் சுமந்துபோய்க் கொண்டிருந்தனர். சிலர் பாடல் பாடிய படியும், கொட்டிசைக்கு ஏற்றபடி நடனமாடிக்கொண்டும் போயினர். துரை சட்டென தூக்கம் கலைந்து எழுந்தார். நீண்ட நாட்கள் கழித்து உறங்கிய சந்தோசம் எல்லாம் நொடியில் மறைந்து விட்டது. எழுந்து கூடாரத்திற்கு வெளியே வந்த துரை கோபத்துடன் எங்களைப் பார்த்தார்.

"முட்டாள்களே... என்ன சத்தம் இது...?"

அப்பா தலைகவிழ்ந்து கொண்டு தயங்கியபடியே பேசினார்.

"துரை அவர்களே... அருகில் இருக்கும் மாகாளியம்மன் கோவிலின் திருவிழாவிற்கு நேர்த்திக்கடன் செலுத்த மண் உருவாரங்களைக் கொண்டு செல்கிறார்கள்..."

துரை யோசித்துக் கொண்டு சற்று நேரம் நின்றார். அதற்குள் இன்னொரு சனக்கூட்டம் முன்பு போலவே யானை உருவாரங்களை

சுமந்துகொண்டு போனது. அதன்பின்பு மாட்டு உருவாரங்களையும், ஆட்டு உருவாரங்களையும் சுமந்தபடி போனது. எட்வின் துரை வெகுண்டெழுந்தார். கூடாரத்திற்குள் ஓடி குழல் துப்பாக்கியைத் தூக்கிக்கொண்டு வெளியே வந்தார். பூட்ஸை அணிந்துகொண்டு, கெட்டவார்த்தையில் திட்டியபடி அந்தச் சனக்கூட்டத்தை நோக்கிய படி ஓடினார். நாங்களும் துரையைப் பின்தொடர்ந்து இருளில் ஓடினோம். முழங்கால் அளவு நீரோடிய நிழலி ஆற்றைக்கடந்து அந்தச் சனக்கூட்டம் அக்கரை மேடேறிக் கொண்டிருப்பது தீவட்டி வெளிச்சத்தில் தெரிந்தது.

நாங்கள் பயத்துடனேயே சப்தமிட்டுக்கொண்டு துரையைத் தடுத்து நிறுத்த முயன்றோம். அதற்குள் துரையும் ஆற்று நீரில் இறங்கி அக்கரை மேடேறி ஓடினார். கல்விளக்கு வெளிச்சத்தில் திருவிழாக் கோலம் பூண்டிருந்த மாகாளியம்மன் முன்பு ஆயிரக்கணக்கில் சனங்கள் கூடியிருந்தனர். துரை துப்பாக்கியை நீட்டி வானத்தைப் பார்த்துச் சுட்டார். மண் உருவாரங்களை இறக்கி வைத்துக் கொண் டிருந்த சனக்கூட்டம் பயந்து நாலாத்திக்கிலும் சிதறியது. கொம்பின் முழக்கமும், கொட்டுச்சத்தமும் சட்டென அடங்கின. மேலும் துரை துப்பாக்கியை நீட்டி சனங்களைக் குறி பார்த்தபடியே கத்தினார்.

“என்னைத் தூங்கவிடாததால் இந்தச் சத்தத்தை இனி நான் ஒருபோதும் கேட்கக் கூடாது... மீறினால் சுட்டுப் பொசுக்கி விடுவேன்...”

அச்சமயம் தீபாராதனைத் தட்டேந்திய பூசாரி துரையின் எதிரில் வந்து நின்றார்.

“இது மாகாளியம்மன் சாட்டு தொரை... வருசத்துக்கு ஒருமுறை வருவது... பாதியில் நிறுத்தக் கூடாது... தெய்வகுத்தத்திற்கு ஆளாவோம்...”

அடுத்த கணம் பூசாரியின் வலது தொடையை துப்பாக்கிக் குண்டு துளைத்தது. பூசாரி வீறிட்டு அலறியபடி நிலத்தில் விழுந்து வலியால் துடித்தார். துரை கோபம் தீராமல் கர்ஜித்தார்.

“என்ன துணிச்சல் இருந்தால் என்னை எதிர்த்து பேசுவாய் நீ...”

சனக்கூட்டம் ஒடுங்கிப்போய் நின்று அச்சத்துடன் பார்த்தபடி இருந்தது. துரை குழல் துப்பாக்கியைத் தோளில் மாட்டிக்கொண்டு கூடாரத்தை நோக்கி நடக்கத் தொடங்கினார். கோவில் வளாகம் எங்கும் பேரமைதி. நாங்கள் என்ன செய்வதென்று தெரியாமல் தவித்தோம். கொஞ்ச நேரம் அங்கேயே மௌனமாய் நின்றுவிட்டு கூடாரத்தை நோக்கித் திரும்பினோம். நிழலி ஆற்றங்கரை வரும் வரை யாரும் யாரோடும் எதுவும் பேசிக்கொள்ளவில்லை. நீர் சுழித்தோடும் சிறு ஓசை மட்டுமே கேட்டது. தூரத்தில் நீலத்தாழைக் கோழிகள் கூவின. நீர் மத்தியில் யாரோ தத்தளிப்பது தெரிந்தது. நாங்கள்

அருகில் சென்று பார்த்தோம். துரை நடுங்கியபடி நின்றிருந்தார். அப்பா துரையின் கைகளைப் பற்றினார்.

"என்னாச்சு துரை...?"

"என் கண்பார்வை திடீரென பறிபோய்விட்டது..."

"துரை அவர்களே! நான் சொல்வதைக் கொஞ்சம் கேட்கணும்... இந்த மாகாளியம்மன் சக்திவாய்ந்த தெய்வம்... அவளது சாட்டினை நீங்கள் நிறுத்தியதோடு மட்டுமல்லாமல் பூசாரியையும் சுட்டு வீழ்த்தியிருக்கிறீர்கள்... உக்கிர அம்மனான மாகாளி தண்டனையாக உங்கள் கண்பார்வையைப் பறித்துக்கொண்டாள்..."

"இதை நம்பச்சொல்கிறாயா முட்டாள்... எனக்குத் தெரியும் என்னை எப்படிக் காப்பாற்றிக் கொள்வதென்று... முதலில் என்னைக் கூடாரத்திற்கு கூட்டிப்போ நாயே..."

நாங்கள் துரையால் இன்னும் என்ன அபகீர்த்தி நேருமோ என்கிற பீதியுடனேயே அந்த இரவைக் கழித்தோம். விடிந்தவுடன் நானும் அப்பாவும் மட்டும் மாகாளியம்மன் கோவிலுக்குச் சென்றோம். எங்களைக் கண்டதும் ஊர்சனங்கள் உடனே வந்து கூடிவிட்டனர். சாட்டு நின்றுபோனதில் அவர்கள் முகத்தில் வருத்தம் தொனித்தது. பூசாரி உயிர் பிழைத்துக் கொண்டதாகவும், நாட்டு வைத்தியர் வீட்டில் சிகிச்சைப் பெறுவதாகவும் தகவல் தெரிவித்தனர்.

கூடாரத்திற்குத் திரும்பியதும் அப்பா ஊரின் நிலைமையை துரைக்குத் தெரிவித்தார். கண்பார்வை பறிபோன அச்சத்தில் இருந்த துரை சிறிது நேரம் யோசித்துவிட்டுக் கேட்டார்.

"இப்ப நான் என்ன செய்யணும்...?"

"பெரிய மனசு பண்ணி... நீங்க நின்றுபோன கோவில் சாட்டை நடத்த ஏற்பாடு செய்ய வேண்டும்..."

"அப்படிச் செய்தால்...?"

"மாகாளியம்மன் உங்களுக்கு பறிபோன கண்பார்வையைத் திரும்ப வழங்குவாள்..."

துரை மேலும் சிறிது நேரம் யோசித்தார். பின் ஜீப்பில் ஏறி ஓட்டுநருக்குக் கட்டளையிட்டார்.

"விரைவாக மாகாளியம்மன் கோவிலுக்குப் போ..."

ஜீப் மாகாளியம்மன் கோவிலை அடைந்தபோது கோவில் ஆள் அரவமின்றிக் கிடந்தது. துரையைக் கண்டு பயந்த ஊர்சனங்களும் வீடுகளுக்குள் பதுங்கிக் கொண்டனர். அப்பாவும், ஓட்டுநரும் வீதி வீதியாக சென்று ஊர்சனங்களைச் சமாதானப்படுத்தி அழைத்து வந்தனர். துரை ஊர்சனங்களிடம் பேசினார்.

"என்னை மன்னித்துவிடுங்கள்... திருவிழாவை நிறுத்த வேண்டாம். தொடர்ந்து நடத்துங்கள்..."

ஊர்சனங்கள் உற்சாகம் அடைந்தனர். உடனே துரை நாட்டு வைத்தியர் வீட்டிற்குச் சென்று பூசாரியிடமும் மன்னிப்புக் கேட்டார். பூசாரி நெகிழ்ந்து போய்விட்டார்.

"துரை... இந்த ஊரிலேயே தங்கியிருங்கள்... சாட்டின் எட்டாம் நாள் மாவிளக்கின் போது எங்க மாகாளிக்கு ஒரு கண்ணடக்கம் செஞ்சு வெக்கிறதா வேண்டிக்குங்க... மாகாளி நிச்சயம் உங்களுக்கு கண்பார்வையைக் கொடுப்பாள்..."

"நான் தூங்கி நீண்ட நாளாயிற்று... உடல் வலியும் உயிர் போகிறது... அதற்கு என்ன செய்ய வேண்டும்...?"

"அப்படியானா... உங்களப் போல உருவாரமொன்னு செஞ்சு வைக்கிறதா வேண்டிக்கிங்க..."

மீண்டும் மாகாளியம்மன் சாட்டுக்கான ஏற்பாடு தொடங்கியது. ஊர்சனங்கள் மண் உருவாரம் செய்யும் எல்லோரையும் துரையின் முன்பு கூட்டி வந்து நிறுத்தினர். ஆனால் அவர்கள் எட்டு நாளில் மனித உருவாரம் செய்வது சாத்தியமில்லை என மறுத்தனர். துரை ஒரே முடிவாக உடனடியாக உருவாரம் செய்தாக வேண்டும் என கட்டளையிட்டார். மறுநாள் மண் உருவாரம் செய்பவர்கள் துரைக்குப் பயந்து ஊரைவிட்டுப் போய் ஒளிந்து கொண்டதாக எங்களுக்குத் தகவல் வந்தது. இந்த இக்கட்டான நிலையை எப்படிச் சமாளிப்பது எனத் தெரியாமல் அப்பா தவித்தார்.

அன்று மதியம் அப்பா என்னை அழைத்துக் கொண்டு மாகாளி யம்மன் கோவிலுக்குச் சென்றார். எதுவும் பேசாமல் தீபச்சுடர் தெரியும் மூலஸ்தானத்தையே பார்த்தபடி வெகுநேரம் நின்றிருந்தார். அந்த சமயத்தில் ஊரின் மேற்குப்புறத்தில் இருந்து சூளைப்புகை வானை நோக்கி எழும்பி பரவிக் கொண்டிருந்தது. நானும் அப்பாவும் புகையைப் பார்த்தபடியே ஊரின் மேற்குப் புறத்திற்கு ஓடினோம். அங்கு மண் உருவாரக் குதிரை ஒன்றிற்கு சூளை வைக்கப்பட்டிருந்தது. வெய்யிலோடு தீக்காந்தலும் சேர்ந்து சுட்டது. அருகாமையில் எண்பது வயது பெரியவர் ஒருவர் வெற்றிலை போட்டுக்கொண்டு அமைதியாக நின்றிருந்தார். தலையில் உருமால். இடுப்பில் அழுக்கு ஒற்றை வேட்டி. அந்தப் பெரியவர் எங்களைக் கண்டதும் சிரித்த படியே கேட்டார்.

"இன்னும் ஆறு நாள் பாக்கியிருக்கு... துரையோட உருவாரத்த செஞ்சிரலாம்..."

குறுகிய அவகாசத்தில் யாரும் செய்ய முடியாத துரையின் மண் உருவாரத்தை இந்தப் பெரியவரால் மட்டும் எப்படி செய்ய முடியும் என்ற எதிர்பார்ப்பு எனக்கு ஏற்பட்டது. நான் அவருடனே இருந்து கொண்டு கவனித்தேன். அன்று சாயங்காலம் வரை அவர் எந்த வேலையும் செய்யாமல் அமைதியாகவே இருந்தார். இருள்

சூழும் வேளையில் சூளைப் பக்கம் போய் உருவாரம் வடிப்பதற் கான களிமண்ணைக் கொட்டி நீர் வார்த்தார். ஈரமண்ணைக் காலால் மிதித்துப் பக்குவப்படுத்தினார். குழைந்து வரும் களி மண்ணில் துரையின் உருவாரம் உருப்பெற்றது. சூளை வைத்து எடுத்தபோது நிஜமான துரை கம்பீரமாக நிற்பது போலவே இருந்தது.

எட்டாம் நாள். திருவிழாவின் மதியத்தில் பூசாரி வந்து துரை யின் மண் உருவாரத்திற்கு கண் திறக்கும் சடங்கை நிகழ்த்தினார். பின் கொம்பூதலுடனும், கொட்டுமுழக்குடனும் துரையின் மண் உருவாரம் மாகாளியம்மன் கோவிலுக்கு எடுத்துச் செல்லப்பட்டது. கூட்டத்தோடு கூட்டமாக நடந்து வந்த துரையினால் இக்காட்சி களைக் காண முடியவில்லையே தவிர எல்லாவற்றையும் உணர்ந்தவர் போல காணப்பட்டார். இதனிடையே அப்பா பொற்கொல்லர் மூலம் தங்கத்தாலான கண்ணடக்கம் ஒன்றையும் செய்து முடித்திருந்தார். மாகாளிக்கு காணிக்கைகள் செலுத்தப் பட்டதும், துரைக்கு கண் பார்வைத் திரும்பி உடல் பிணி நீங்கிற்று. ஆச்சர்யத்தில் துரை திக்கு முக்காடிப் போனார். விழிக்கடையோரம் நீர் பெருகி வழிந்தது.

மறுதினமே நாங்கள் துரையுடன் மதராசுக்குப் புறப்பட்டோம். விடைபெறும்போது அந்தப் பெரியவர் என்னிடம் கேட்டார்

“நீ என்னவாகப் போற...?”

“நான் படித்து பெரிய வக்கீலாகப் போறேன்...!”

பெரியவர் மேலும் எதுவும் கேட்கவில்லை. சிரித்துக் கொண் டார்.

கோவில் நடை திறக்கும் சப்தம் கேட்டு நான் பிரக்ஞை மீண்டேன். நீர்க்குடத்தை சுமந்தபடி நின்றிருந்த பூசாரி என்னைப் பார்த்துக் கேட்டார்.

“என்னஙக்ய்யா... காலங்காத்தால இங்க வந்து இப்படி உட்கார்ந் திருக்கீங்க... ?”

நான் அவசரமாக எழுந்து நின்றேன்.

“இந்த வருஷம் சனங்களோட வேண்டுதல் அதிகமா இருக்கு... எனக்குத் தெரிய நீங்க உருவாரம் செய்ய இப்பவே ஆரம்பிக்கணும்...”

பூசாரி நடையைத் திறந்து கோவிலினுள் போய்விட்டார். ஏறுவெய்யில் படிந்த மண் உருவாரங்களைப் பார்த்தபடியே கோவிலை விட்டு அகன்றேன். முதன்முறையாகக் கால்கள் தடுமாறின. பார்வை மங்கியதாய் தோன்றியது. வீட்டு வாசலுக்குச் சென்று களிமண்ணைப் பிசைந்த போது விரல்கள் விறைத்துக் கொண்டு வணங்க மறுத்தன. இனி உருவாரம் செய்ய முடியாது என்ற பயம் உள்ளுக்குள் எழுந்தது.

அப்பாவின் நடுங்கும் விரல்களைப் பிடித்தபடியே நான் அமர்ந் திருந்தேன். கண்பீளை அண்டிய அப்பாவின் கண்களிலிருந்து கண்ணீர் திரண்டு விழுந்தது. அப்பா ஏதோ எனக்கு உணர்த்த முயல்வதுபோல் தோன்றியது. மறுநாள் காலையில் கண்மூடித் துயில்வது போல அப்பா கிடந்தார். அப்பாவின் ஈமக்காரியங்கள் முடிந்த இரவு எனக்கு ஒரு கனவு வந்தது. நிழலி ஆறும் மாகாளி யம்மன் கோவிலும், மண் உருவாரங்களும், துரையின் குரலில் கேட்ட அசரீரியுமாக அந்தக் கனவு விரிந்தது. பதினாறு வருடங்கள் மறந்து போயிருந்த அந்தப் பெரியவரின் ஞாபகம் வந்தது. விடிந்ததும் நான் கிளம்பினேன்.

நெற்றியில் முதுமையின் சுருக்கக்கோடுகளோடு, உற்றுக் கவனித்த படி வெள்ளாட்டுக்கிடாய் உருவாரத்திற்கு ஈரக்களிமண் பூச்சை பூசிக்கொண்டிருந்த அந்தப் பெரியவர் முன்பு போலவே சிரித்தார்.

நான் சொன்னேன்.

“எனக்கொரு கனவு வந்தது...”

அவர் மீண்டும் சிரித்தார்.

“இப்ப என்ன செஞ்சுட்டு இருக்கற...?”

“மெட்ராஸ்ல வக்கீலா இருக்கிறன்...”

“அப்புறம்...”

“நீதிபதியாவேன்...”

“அதுக்கப்புறம்....”

நான் என்ன சொல்வதென்று தெரியாமல் யோசித்தேன். அவர் மீண்டும் சிரித்தபடியே கேட்டார்.

“அப்ப எதுக்கு இங்க வந்தே...?”

“எனக்கு இங்க வரணும்னு தோனுச்சு...”

“அப்ப சரியான எடத்துக்கு தான் வந்திருக்க...”

பொழுது கிளம்பி மேலேறியிருந்தது. களிமண் நீரில் சூரிய ஒளி பிரதிபலித்தது. வீதியில் ஒரு கார் வந்து நின்றது. காரில் இருந்து வெள்ளைக்காரப் பெண் ஒருத்தி இறங்கி என்னை நோக்கி வந்தாள். கைகள் கூப்பி வணங்கினாள்.

“ஐ யாம் சாரா எட்வின்... கிரேட் கிரேண்ட் டாட்டர் ஆப் எட்வின் துரை... ஐ வான்ட் டு லேர்ன் அன்ட் ரிசர்ச் எபோட் யுவர் மண் உருவாரங்கள்...”

நான் தெம்புடன் எழுந்து நின்றேன். கனவில் உச்சி வானிலிருந்து துரையின் குரலில் கேட்ட அசரீரி காதில் ஒலித்தது

“படைப்பென்று எதுவுமில்லை... அழிவென்று எதுவுமில்லை...”

❍

மீசை வரைந்த புகைப்படம்

1

அனலோடிய தார்ச்சாலையில் பேருந்து தொடர்ந்து சென்று மறைந்தது. இவன் காவ்யாவை அழைத்துக்கொண்டு ஊருக்குள் நடந்தான். கைத்தடியின் ஆதரவில் ஒரு முதியவர் மட்டும் எதிரில் வந்தார். வளவுகள் சந்தடியற்றுக் கிடந்தன. தாழம்புதர் வீதியின் வீடுகளில் வசிப்பவர் யாருமில்லை. இலந்தை முட்கள் முளைத்திருந்த மண் சுவர்கள் பெயர்ந்து விழுந்திருந்தன. தட்டோட்டு மேற்கூரைகள் சரிந்து தொங்கின. கரையான்கள் அரித்த வெளிநடைக் கதவுகளில் பிரண்டைக்கொடி ஏறிப் படர்ந்திருந்தன. பாகவத வாத்தியார் வீட்டு வெளிவாசலில் துத்திகள் மண்டி நிலம் பார்த்துப் பூத்திருந்தன. மதிலோரம், திண்ணையோரம் என வீட்டைச் சுற்றிலும் தாழம்புதர் கள் அடர்ந்து செழித்திருந்தன. தாழம்பூ மடல் விரிந்து வாசனை தூக்கலாக வீசிற்று.

காவ்யா வெளிவாசல் ஈசானி மூலை வன்னிமர நிழலில் நின்று கொண்டாள். இவன் தாழ ஈர்க்கு உடம்பைக் கிழித்து விடாதபடி சூதானமாக எட்டு வைத்து திண்ணை மீது ஏறினான். வீடு ஆள் புழங்குவது போல துலக்கமாக இருந்தது. தோக்குருவிகளும் மாடப் புறாக்களும் அண்டவில்லை. கதவுகள் வெறுமனே சாத்தியிருந்தன. திறந்து கிடந்த சன்னல்கள் வழியாக உள்ளே எட்டிப் பார்த்தான். தொட்டிக்கட்டு முற்றத்து பந்தல் ராமபாணக் கொடி வாடாமல் மொக்குவிட்டிருந்தது. உள் ஆசாரத் திண்ணையில் பித்தளைப் பாத்திரங்கள் கவிழ்த்து வைக்கப்பட்டிருப்பதும் தெரிந்தன. அப்போது தாழமட்டைகளை ஒதுக்கி காவ்யாவும் திண்ணை மேலேறி வந்து நின்றாள். குந்தி சன்னல் கம்பிகளைப் பிடித்து உள்ளே பார்த்தபடியே கேட்டாள்.

“இதுதான் அம்மாவோட வீடா...?:”

“ஆமாடா செல்லம்...”

“அப்போ நம்மோட வீடு...?”

“கூட்டிப் போறேன்...”

காவ்யா மேற்கொண்டு எதுவும் கேட்கவில்லை. இவனுக்கு கௌரியின் முகத்தில் எப்படி விழிப்பது என்கிற பயம் எழுந்தது. வேலைப்பாடுகள் அமைந்த மரத்தூணில் சாய்ந்து இவன் அப்படியே உட்கார்ந்தான். காவ்யாவும் ஒட்டி உட்கார்ந்து இவன் மீது சாய்ந் தாள். ஆயாசமாய் கடந்தது நேரம். வெக்கை அதிகமானபடியிருந்தது. கடந்த காலத்தைப் பின்னிய நினைவுகள் குழப்பமாய் தோன்றி இவனுக்கு மேலும் அச்சத்தை ஏற்படுத்தின..

2

ஊர் இருண்டு பெருநிசப்தம் கொண்டிருந்தது. இவன் திண்ணையிலிருந்து மிதிவண்டியை இறக்கி வாசலில் நிறுத்தினான். கௌரி அடுப்பங்கரையிலிருந்து சாப்பாட்டு போசியை எடுத்துவந்து கேண்ட்பாரில் மாட்டினாள். அம்மா பையனைக் கூட்டி வந்து வாசலில் ஒன்னுக்கிருக்கவிட்டு உள்ளே அழைத்துப் போனாள். பையன் தூக்கக் கலக்கத்தில் ஏதோ முனகிக்கொண்டே போனான். கௌரி கதவைச் சாத்தி உள்தாழிடும் ஓசை கேட்டது. அந்த நேரத்தில் யார் வீட்டிலோ அடுப்புச் சாம்பல் அள்ளினார்கள். சாம்பல் வாசனை குளிர்காற்றோடு கலந்து வந்தது..

இவன் மிதிவண்டியில் ஏறி மிதித்தான். சீமையோட்டு எறவானத் திண்ணைகளில் சிலர் துப்பட்டியால் முகத்தை மூடிப் படுத்திருந்தனர். தெற்கு வளவு வீதிகள் அனாதரவாகக் கிடந்தன. எவ்விதச் சப்தங்களும் இல்லை. இவன் தாழம்புதர் வீதியை நினைத்து எச்சரிக்கை உணர்வுடன் மிதிவண்டியை ஓட்டினான்.

இந்த பாகவதர் வீதி ஒவ்வொரு தின விடியற்காலையிலும் இவனுக்கு அமானுஷ்யத்தைத் தோற்றுவித்துக்கொண்டே இருந்தது. கடக்கும்போது ஏதாவது ஒரு கணத்தில், எதாவது ஒரு இடத்தில் விருக்கென பயப்படுவது வாடிக்கையாக இருந்தது. இந்த பயம் பாகவதர் வாத்தியாரைப் பற்றி இவன் கேள்விப்பட்ட விசயங்க ளாலும், இவன் பார்த்த அவரின் தோற்றத்தாலும் இருக்கக் கூடும். இவன் இளம் பிராயத்தில் பாகவதர் வாத்தியாரின் புகைப்படத்தைக் கண்டதுண்டு. ஆள் புழங்காத அவர் வீட்டின் முற்றத்துத் திண்ணை மேற்குப்புறச் சுவரில் அந்தப் புகைப்படம் மாட்டப்பட்டிருந்தது. நூலாம் படை படிந்து, சட்டத்துக்குள் எட்டுக்கால் பூச்சிகளின் கூடுகள் சிதறியிருக்க, தலையிலிருந்து நெஞ்சுவரை கொண்ட கருப்பு வெள்ளைப் புகைப்படம். தோள்வரை புரளும் நெடிய தலைமுடி. நெற்றி திரளும் திருநீற்றுப் பட்டை. மையத்தில் குங்குமப்பொட்டு. மீசை கிடையாது. புகைப்படத்தை வைத்துப் பார்க்கும்போதே ஆள் நல்ல திடசாலியாக இருந்திருப்பார் எனத் தெரிந்தது.

அந்தப் புகைப்படம் ஒருநாள் கனமான கார்மழைக்குப் பின்னான கோடைக் காற்றில் முற்றத்துத் திண்ணையில் விழுந்து

உடைந்தது. இவன் அதை எடுத்து வந்து பாகவதர் வாத்தியாருக்கு மீசை வரைந்தான். அம்மாவுக்குத் தெரியாமல் திண்ணை விட்டத்தின் மேல் சொருகி வைத்தான். மறுதினம் திண்ணையில் படுத்திருந்த அப்பா பாம்பு கடித்து இறந்து போனார். பாகவதர் வாத்தியாரின் வீட்டுத் தாழம்புதரிலிருந்து வந்த பாம்புகள்தான் அப்பாவைக் கடித்திருக்கக் கூடும் என ஊருக்குள் பேசிக் கொண்டனர். அப்பா பாய்விரித்திருந்த இடத்துக்கு நேர்மேலேதான் பாகவதர் வாத்தியாரின் மீசை வரைந்த புகைப்படம் இருந்தது. இவனுக்கு அச்சம் தொற்றியது. கருக்கிருட்டில் யாருக்கும் தெரியாமல் அந்தப் புகைப்படத்தை எடுத்துக்கொண்டு போனான். உடைந்த சட்டங்களுக்குள் மீசை வரைந்த பாகவத வாத்தியார் ஒரு ஜமீன் போல இருந்தார். ஊருக்குக் கிழக்கே பாவடி தாண்டி நூறுபடிக் குளத்தில் புகைப்படத்தை வீசி எறிந்தான். அறுபது படிகளுக்கு மேலாக நிரம்பியிருந்த பச்சைப்பாசி படிந்த நீர் சிற்றலையுடன் நெளிந்தது. புகைப்படம் மிதக்கவில்லை. மூழ்கி விட்டது. அன்றிரவு இவனுக்கு உறக்கமே வரவில்லை. இந்த விஷயத்தை யாரிடமும் சொல்லவில்லை.

அது பிரமோதூத ஆண்டு. பருவ மழையே இறங்கவில்லை. ஐப்பசியில் வறப்பனி. கார்மழையும் பெய்யவில்லை. கோடையின் உக்கிரத்தில் மாடுகள் கத்திக்கொண்டே இருந்தன. ஊரை பெரிய பஞ்சம் சூழ்ந்தது. நிலையாவரைக் கொடிகள்கூட சொடுங்கிக் கருகின. நூறுபடிக் குளம் வற்ற ஆரம்பித்தது. கடைசிப் படியிலும் நீர் வற்றிய பின் தரையில் பாகவத வாத்தியாரின் புகைப்படம் கிடப்பதை ஊர்சனங்கள் பார்த்தனர். புகைப்படத்திற்கு எதுவுமே ஆகவில்லை. இவன் வரைந்திருந்த மீசை கூட அப்படியே இருந்தது. இவனை மறுபடியும் பயம் கவ்வியது. நடுவானச் சூரியன் பொசுக்கிய பகலில் குளத்துக்குள் இறங்கினான். கெண்டைமீன் செதிள்கள் வெடிப்புண்ட வண்டலில் புதையுண்டு கிடந்தன. நாரைகள் நடந்திருந்த பாதச்சுவடு களை மிதித்து நடந்து போய் புகைப்படத்தை எடுத்துக் கொண்டு படியில் மேலேறினான். பாகவத வாத்தியாரின் அவயங்கள் மீது ஒரு சிறு மண்துகள் கூட ஒட்டவில்லை.

புகைப்படத்தை முடக்கற்றான் கொடிக்கற்றைக்குள் மறைத்து வைத்து வெள்ளாட்டுக்குத் தழை கொண்டு வருவதுபோல் வீதியில் நடந்தான். தலைச்சுமைக் கனம் கூடிக்கொண்டே வருவதுபோல இருந்தது. தைரியமாக வெளிநடை கடந்து பாகவத வாத்தியாரின் வீட்டுக்குள் நுழைந்தான். முன்திண்ணை இடிபாடு இடுக்குகளுக்குள் முளைத்து வளர்ந்திருந்த தாழம்புதர்த் தூர்களின் மீது புகைப்படத்தை வீசி எறிந்தான். அந்தரத்தில் மிதந்த புகைப்படம் திடீரென மறைந்து போயிற்று. எங்கு விழுந்ததென்றே தெரியவில்லை. உள் ஆசாரத்துக் குள்ளிருந்து பாகவத வாத்தியார் ஏதோ மந்திரத்தை உச்சரித்தார்.

தாழம்புதரடியில் நாகத்தின் சீற்றம் எழுந்தது. சிதிலமான தொழு வத்துக்குள் இருந்து பசுக்கள் கத்தின. வாசல் வன்னிமர உச்சியிலிருந்து கருடன்கள் குரலிட்டன. கோம்பைச் சுவர்களிலிருந்து தடித்த பல்லி கள் கீழிறங்கி சகுனித்தன. இவன் பயந்து வீதிக்கு வந்தான். எல்லா வற்றின் சப்தங்களும் ஒன்று கூடி இவன் காதுகளை நிரப்பி வீட்டை நோக்கி ஓட வைத்தன.

பாகவத வாத்தியார் வீடு இருக்குமிடத்தில் நூத்தியிருபது வருசத்துக்கு முன்னால் பெரிய ஆலமரத்துடன் கூடிய நீலி கோவில் இருந்ததாகச் சொன்னார்கள். ஆல் வளர வளர ஆண்களுக்கு ஆகாது என்று யாரோ ஒரு சாமக்கோடங்கி ஊருக்குள் வந்து குடுகுடுப்பை அடித்தபடி சொல்லியபின் ஆலமரத்தை வெட்டிவிட்டனர். அதன் பின்பு அறுபது வருடங்கள் கடந்தபின் உக்கிர நீலி ஊருக்குள் ஆகாது என்று நீலியையும் தூக்கி ஊருக்குத் தெற்கே நூறுபடிக் குளக்கரை யோரம் வைத்துவிட்டனர்.

அத்திக் கட்டையில் நீலி இருக்கும்போதே பாகவத வாத்தியார் இங்கு வந்துவிட்டார். மாட்டு வண்டிகள் வரிசையாக வந்து தேக்கு மரச்சட்டங்களையும் வேலைப்பாடு அமைந்த கதவுகளையும் இறக்கின. மரகதப் பச்சைநிறக் கருங்கல் அடுக்கி திருச்சூர் கொத்தர்கள் சுவர் எழுப்பினார்கள். அந்த வருஷம் மழை மிகுந்து பெய்தது. வீட்டிற்கு வெளித்திண்ணைக் கட்டும்போது மழை ஈரம் பட்டுப்பட்டு பச்சை வண்ணம் பூத்துவிட்டது. பாகவத வாத்தியார் வீடு புண்ணி யார்ச்சனை நடத்திய இரவுதான் கோட்சே காந்தியைச் சுட்டுக் கொன்ற விஷயம் ஊருக்குள் பரவியது. ஊர் சனங்கள் பயந்து போனார்கள்.

பாகவத வாத்தியார் பல வண்ணத்தில் அடர்வான ஒப்பனை யிட்டு, தடித்த உடையணிந்து தனி ஒருவராக சுற்றுவெளி ஊர் களுக்குச் சென்று அடவுகள் கூடிய நாடகம் ஒன்றை நடித்து வந்தார். ஆண்டுகள் பல கடந்தபின்தான் அந்த நாடகத்தின் பெயர் கதகளி என ஊர்சனங்களுக்குத் தெரியவந்தது. அதுவும் எருமை வியாபாரி ஒருவர் எர்ணாகுளத்தில் இருந்து வந்து இந்தத் தகவலைச் சொன்னார். இந்திராகாந்தியைச் சுட்டுக் கொன்ற வருசத்திலிருந்து பாகவத வாத்தியார் கதகளி அரங்கேற்றுவதை நிறுத்திக் கொண்டார். தாழம்புதர் வீதி வீட்டுக்குள்ளேயே முடங்கிக் கிடந்தார். வெளி ஆட்களின் பார்வையிலேயே அவர் தென்படவில்லை.

அன்று கார்த்திகைத் தீபத் திருநாள். அந்தி சிவப்பு சிறுகச் சிறுக கருக்கத் துவங்கியது. இவனும் மற்ற ஊர் சிறுவர்களும் சூந்து ஆடிக்கொண்டு வீதி வீதியாக ஊரைச் சுற்றி வந்து கொண்டிருந்தனர். பின்னே வந்த நாய்கள் குரைத்துக் குரைத்து களைத்துப் போய் அடங்கின. சூந்தின் காய்ந்த தென்னோலைகளும் கம்பந்தட்டுகளும்

கருகி கருகி சாம்பல் பூத்து உதிர்ந்துவிட்டன. புகைப்படலம் ஊரைச் சூழ்ந்து கொண்டிருந்தது. சூந்துகள் வரிசையாகப் பாகவத வாத்தியார் வீட்டைக் கடந்தன. ஜுவாலையுடன் கொளுந்துவிட்டு எரிந்த சூந்துத்தீ ஒவ்வொன்றாக அணைய ஆரம்பித்தது. அந்த நேரத்தில் காற்று விசையாகக் கூட வீசவில்லை. இவனும் ஊர் சிறுவர்களும் அச்சத்தில் கலக்கமடைந்தனர். அடுத்த வீதிக்குப் போனதும் சூந்துகள் தானாகத் திடீரென தீப்பற்றிக் கொண்டன. இவனும் ஊர் சிறுவர்களும் மேலும் பயந்து போயினர். சூந்துகளை வீசிவிட்டு வீட்டைப் பார்த்து ஓட ஆரம்பித்தனர். சொக்கப்பனைத் தாண்டவே யில்லை.

அப்போது சந்தைக்குப் போய்விட்டு மொட்டைவண்டியில் எதிரே வந்த மாமா இவனையும் ஊர் சிறுவர்களையும் தடுத்தார். விஷயம் கேள்விப்பட்டதும் நேராகப் பாகவத வாத்தியார் வீட்டுக்கு கூட்டிப் போனார். பாகவத வாத்தியாரை ஊரை விட்டு துரத்தப் போகிறார் என நினைத்து இவனும் ஊர் சிறுவர்களும் பின்னே நடந்தனர். நிலா சற்று முன்புதான் கிளம்பி மேலேறிக் கொண்டிருந் தது. வீட்டின் வெளித்திண்ணை மீதேறி இவனும் ஊர் சிறுவர்களும் நின்றுகொண்டனர். மாமா மட்டும் உள் ஆசாரத்து முற்றத்துக்குப் போனார். வீடெங்கும் அலாதியான அமைதி. முற்றத்தின் மையத்தில் பாகவத வாத்தியார் உடையின்றி சித்தாசனத்தில் கிழக்கு நோக்கி புலித்தோலின் மீது அமர்ந்திருந்தார். குருத்துமடல் தலைவாழை இலைகளில் பதினெட்டு பட்சணங்களின் படையல் பரப்பி வைக்கப் பட்டிருந்தன.

வெகுநேரம் நிசப்தமாக கடந்தது. திடீரெனப் பாகவத வாத்தியார் மூச்சை ஆழ்ந்து இழுத்து விட்டார். அடிவயிறு ஒடுங்கி மார்புக் கூடு விரியத் துவங்கியது. அந்தச் சமயத்தில் எங்கிருந்தோ பிணையல் பாம்புகள் களிநடனம் புரிந்து சீறும் ஓசை கேட்டது. பாகவத வாத்தியார் கண்களைத் திறந்தார். பிணையல் பாம்புகளும் பிணையலை முடித்து முன்னே வளைந்தன. பாகவத வாத்தியார் அதுவரை பச்சரிசி பட்சணத்துக்குள் மறைத்து வைத்திருந்த மஞ்சள் பூசிய வெண்துகிலை வெளியே எடுத்தார். பிணையல் பாம்புகள் முன்பு நீட்டினார். பிணையல் பாம்புகள் படம் விரித்து ஆக்ரோஷத் துடன் வெண்துகிலைக் கொத்தின.

இவனும் ஊர் சிறுவர்களும் பீதியுடன் பார்த்தபடி நின்றனர். பாகவத வாத்தியார் வாய்க்குள் ஏதோ முனகினார். பிணையல் பாம்புகள் சட்டெனப் பிணையலைப் பிரித்து ஒன்றன்பின் ஒன்றாக பின்கட்டை நோக்கிச் சென்று மறைந்தன. பாகவத வாத்தியார் மாமாவின் பக்கம் திரும்பினார். கையில் இருந்த வெண்துகிலை மாமாவை நோக்கி வீசி எறிந்தார்.

"எடுத்து வச்சுக்கோ... இன்னையிலிருந்து நீ பணக்காரன்... ஆனா துணி பத்திரம்..."

மாமா குனிந்து வெண்துகிலை எடுத்துக் கொண்டார். அந்த வருசமே கரைவெளி வயல்களில் அறுவடையான நெல் மூட்டைகளை அடுக்கி வைக்க மாமாவுக்கு இடம் போதவில்லை. மேலும் மேலும் சொத்துக்கள் சேர்ந்தன. ஊரின் முக்கியப் புள்ளியானார். ஆண்டுகள் விரைந்தோடின. அக்கினி நட்சத்திர வெயில் சுட்டெரித்த ஒரு சித்திரை மதியத்தில் பாகவத வாத்தியார் மாமாவை இந்த வீட்டுக்கு கூட்டி வந்தார். வீட்டு வாசல் ஈசான மூலை வன்னி மரத்தைக் காண்பித்தார். கிளைகள் இலை உதிர்ந்து பட்ட மரம் போலக் காட்சியளித்தது. உச்சியில் கருடன்களின் கூடுகளைப் பெருங்காக்கைகள் கொத்தி எடுத்துப் போய்க் கொண்டிருந்தன.

"இந்த மரம் துளிர்க்கலாம்... ஆனா கருடன் இனி ஒருபோதும் திரும்பி வராது..."

மாமா புரியாமல் பார்த்தார்.

"... நிலத்தில் பசண்டை இல்லை... பசண்டையில்லாத நிலத்தை நீர்வண்ணப்பெருமாள் ஒருபோதும் சுத்தமாட்டார்..."

மாமாவுக்குப் பாகவத வாத்தியாரின் பேச்சு எதுவும் புரியவில்லை.

"இந்த ஊர் சனங்க போர்வெல் ஓட்டி ஜலத்தை ஐநூறு அடிக்கு கீழே கொண்டுபோய்ட்டாங்க... பூதேவி வாசமில்லை... இந்தக் கருடன்கள் மாதிரி நானும் வடக்கு தேசம் போறேன்..."

வைகாசியில் இந்த வீட்டைப் பாகவத வாத்தியார் மாமாவுக்கே எழுதிக் கொடுத்துவிட்டு புறப்பட்டுப் போய்விட்டார். அந்த வருஷம் மாசியில் கோட்டை மாரியம்மன் கோயில் சாட்டு அறிவிக்கப் பட்டதும் மாமா திருவிழாவுக்கு நாடகம் போட வேண்டும் என இவனைக் கூப்பிட்டுக் கூறினார். பாகவத வாத்தியாரின் சகவாசத் தால் மாமாவுக்கு புத்தி இப்படிப் போனதாக ஊருக்குள் பேசிக் கொண்டனர். இவன் மாமாவோடு கிளம்பிப் போகும்போது நடைவாசற்படியில் நின்று அம்மா திட்டினாள்.

"வெள்ளாமை வெளைச்சல் எடுக்கிற குடியானவனுக்கு வேஷம் கட்டறது ஒத்து வருமா.. கூறுகெட்டுத் திரியறே... இவே...?"

மாமா பதில் பேசாமல் சிரித்துக்கொண்டார். வயக்காட்டுச் சாலையில் கார்மழை பெய்த ஈரமண் சக்கரத்தில் அப்பியபடி சவாரி வண்டி தாராபுரம் போய்ச் சேர்ந்தது. கோட்டைமேட்டு உப்பு மண்டிகளைத் தாண்டி அரசு மேல்நிலைப் பள்ளியின் பின்புறவாயிலுக்குள் நுழைந்து நின்றது.

மாமா இவனை மட்டும் அழைத்துக்கொண்டு உன்னிப் புதர்களுக்கிடையே நெளிந்து சென்ற ஒற்றைக்கால் தடத்தில் நடந்தார். வெள்ளை மங்கிய கட்டிடத்தின் முன்னறையில் காக்கிச் சீருடையணிந்த மாணவர்கள் சிலர் துருவேறியக் கிணற்று மோட்டார்களைப் பிரித்துப்போட்டு காயில் கட்டிக் கொண்டிருந்தனர். இவனையும் மாமாவையும் கண்டதும் உள்ளறையிலிருந்து ராஜமாணிக்கம் வாத்தியார் எழுந்து வெளியே வந்தார். இவன் மாணவர்களையும் மோட்டார்களையும் உற்றுப் பார்ப்பதைக் கவனித்த ராஜமாணிக்கம் வாத்தியார் இருமியபடி பேசினார்.

“இவங்க எல்லாம் ஈ எம் ஆர் ஸ்டூடண்ட்... எலக்ட்ரிக் மோட்டார் ரீவைண்ட்டிங்... நல்ல வேலை வாய்ப்புள்ள கோர்ஸ்... கிரீஸ் பூசற பிட்டர்ன்னு நெனைச்சு ஆரும் சேருகிறதில்ல... அதுதான் எனக்கு சவுகிரியம். நாடகம் எழுத முடியுது...”

அப்போது உன்னிப்புதர் தடத்திலிருந்து ஓடி வந்த ஒரு மாணவன் வாத்தியாரின் உள்ளங்கையில் விக்ஸ் டப்பியையும் நார்த்போல் சிகரெட்டையும் திணித்துவிட்டு மோட்டாரிடம் போய் உட்கார்ந்தான். ராஜமாணிக்கம் வாத்தியார் விக்ஸ் டப்பியிலிருந்து விரல் நுனியில் தைலத்தை எடுத்தார். நார்த்போல் சிகரெட்டில் தடவிப் பற்ற வைத்தார்.

“சளிக்கு... இப்படிச் செய்யறது இதமா இருக்கும்...”

ராஜமாணிக்கம் வாத்தியார் புகையை வெளியே விட்டார். வெயிலில் கலந்து மறைந்த புகையை நிமிர்ந்து பார்த்த மாணவனை அருகில் வரும்படி சாடை செய்தார்.

“நீ போய்... நம்ம குயிலமுதனை கூட்டிக்கிட்டு வா...”

அந்த மாணவன் உன்னிப் புதர் தடத்தில் இறங்கி ஓடினான்.

“இந்த வருஷம் எனக்கு சோமனூத்து மாரியம்மன் கோயில்ல ஒரு நாடகம் இருக்கு... காதலுக்கு கண்ணில்லையின்னு லவ் ஸ்டோரி... ரிகர்சல் போயிட்டு இருக்கு... அதனாலதான் குயில முதனை உங்களுக்கு அனுப்புகிறேன்.. என் சிஷ்யன்தான்... மெட்ராஸ் போயி... சினிமாவுல எல்லாம் இருந்துட்டு வந்திருக்கான்... இப்ப உங்க நாடகத்தைக்கூட பேமிலி ரிலேசன்சிப்பை மையமா வெச்சு அவன்தான் எழுதறான்... அவன் எழுதினா வசனம் அப்படியே மனசுல நிக்கும்... கிளாப்ஸ அள்ளிட்டு வந்திரும்... வில்லேஜ் ஆடியன்ஸ கட்டிப் போட்டுருவான்...”

உன்னிப் புதர் தடத்தில் அந்த மாணவனைப் பின்தொடர்ந்து குயிலமுதன் வந்து சேர்ந்தான். சிவந்த நிறத்தில் சுருள்முடியுடன் இருபத்தியைந்து வயது மதிக்கத்தக்க தோற்றத்தில் இருந்தான். கையில்

பெரிதான ஒரு குயர் நோட்டு இருந்தது. ராஜமாணிக்கம் வாத்தியார் சிகரெட்டை அணைக்காமலே வெளியே வீசிவிட்டு குயிலமுதனை இவனுக்கும் மாமாவுக்கும் அறிமுகப்படுத்தி வைத்தார். குயிலமுதன் பெண்மை கலந்த குரலில் பேசினான்.

"உறவுக் கோலங்கள் நம்ம நாடகத்தோட தலைப்பு... மொத்தம் இருபத்திரெண்டு கேரக்டர்... உங்க ஊருல ஆட்கள் தேறுவாங்களா...?"

"அம்பது பேரு வேண்ணாலும் நடிக்க பிரியமா இருக்காங்க தம்பி... நீங்க எப்ப வந்து ரிகர்சல் ஆரம்பிக்கிறீங்கன்னு சொல் லுங்க...?"

குயிலமுதன் ராஜமாணிக்கம் வாத்தியாரைப் பார்த்தான். ராஜமாணிக்கம் வாத்தியார் யோசித்துவிட்டுச் சொன்னார்.

"வர்ற... ஞாயித்துக் கிழமையிலிருந்து வெச்சுக்கலாம்..."

திருவிழாவுக்கு பன்னிரண்டு நாட்களே இருந்தன. குயிலமுதன் நாடக ஒத்திகையை வேகமாக நடத்தினான். மாமாவின் வெளி ஆசாரத்து முற்றத்தில்தான் ஒத்திகை நடந்தது. குயிலமுதனே எல்லாப் பாத்திரமுமாக மாறி நடித்துக் காண்பித்தான். அத்தையும் சுகுணாவும் எல்லோருக்கும் இரவு உணவும் டீ காபி என தயாரித்துக் கொடுத்தனர். நாடகத்தில் இவனுக்கு கடிதம் கொண்டு வரும் தபால்காரர் வேஷம். ஒரே ஒரு காட்சிதான். ஆனால் மாமா ஊரில் மைனராகத் திரியும் ஜமீன். இறுதிக் காட்சியில் வில்லனின் பெண்ணான கதாநாயகியையும், நகரத்திலிருந்து ரேசன் கடைக்கு வேலைக்கு வரும் கதாநாயகனையும் சேர்த்து வைத்து தன் சொத்தையெல்லாம் அவர்களுக்கு உயில் எழுதிக் கொடுத்து உயிர் துறக்கும் உருக்கமான பாத்திரம். மாமாவின் நடிப்பு சுற்றுவெளி ஊர்களில் எல்லாம் பேசப்பட்டது. மாமா இந்த சந்தோசத்தைக் கொண்டாட நினைத்தார். நாடகத்தில் பங்குபெற்ற அனைவரையும் தோட்டத்துக் கிணற்று மேட்டுக்கு கூப்பிட்டிருந்தார். நடிகர்கள் அநேகம்பேர் வந்து கிணற்று மேட்டில் உட்கார்ந்திருந்தனர். கள் முட்டிகளும் நாட்டுச் சாராய மொடாக்களும் தயாராக இருந்தன. குயிலமுதனை மட்டும் இன்னும் காணவில்லை. மாமா எதிர் பார்த்த படியிருந்தார். கீழே நீர்த்தொட்டியோரம் கல் அடுப்பில் ஆட்டுக்கறி வறுத்துக்கொண்டிருந்த அத்தை இவனைக் கூப்பிட்டாள்.

"ஏம்பா... வூடு வரைக்கும் ஒரு எட்டு போயிட்டு வந்திரே... நய உப்பே மறந்துட்டு வந்துட்டேன்... கறி வெந்து முடியப் போகுது சீக்கிரம்... ."

மேற்கே பொழுது முகிலுக்கிடையே விழுந்து ஒளி சிதறிக் கிடந்தது. மாமா வீட்டின் முற்றத்தில் போய் நின்று சுகுணாவைத் தேடினான். உள் ஆசாரத்துக்குள்ளிருந்து யாரோ பேசும் சப்தம் கேட்டது. இவன் திண்ணையேறி சன்னல் பக்கம் போய் நின்று

உள்ளே எட்டிப் பார்த்தான். மங்கிய வெளிச்சத்தில் குயிலமுதன் தோள் மீது சுகுணா சாய்ந்திருந்தாள்.

இவன் அரவம் எழுப்பாமல் திரும்பி வீதிக்கு வந்தான். அந்த சித்திரத்திலிருந்து மனசு மீளவில்லை. மளிகைக்கடை சென்று உப்புப் பொட்டலம் வாங்கினான். கிணற்று மேடு போய் அத்தையிடம் கொடுத்துவிட்டு மௌனமாக உட்கார்ந்து கொண்டான். தொலைவில் வீதி விளக்குகள் பிரகாசித்தன. குயிலமுதன் வந்தான். எதுவுமே நடக்காததுபோல மாமாவுடன் பேசினான்.

மூன்று மாதங்கள் போயிருந்தன. மழை தூறிக்கொண்டிருந்த ஒருநாள் திடீரென மாமா இவனோடு மெட்ராஸ் கிளம்பினார். சென்ட்ரல் ரயில் நிலையத்திலிருந்து இறங்கி ஆட்டோவில் செல்லும் போது இவன் மாமாவிடம் கேட்டான்.

“ஏமாமா, குயிலமுதன் சொன்னான்னு சினிமா சூட்டிங் பாக்கறதுக்கு மெட்ராஸ்தான் வரணுமா... பக்கத்துல கோபியிலியோ... பொள்ளாச்சியிலேயோ... ஒருநா போனா பொழுதுக்குள்ள பாத்துட்டு வந்தரலாமே...”

மாமா சிரித்துக் கொண்டார். விழித்தெழாத தெருக்களில் நிசப்தம் கவிழ்ந்திருந்தது. இரவு பெய்த மழை ஈரம் இருந்தது. ஆட்டோ நின்ற தெரு முனையிலேயே குயிலமுதனும் மூன்று நபர்களும் நின்றிருந்தனர். குயிலமுதன் மட்டும் இவர்களோடு ஆட்டோவில் ஏறிக்கொண்டான். மற்ற மூன்று பேரும் பைக்கில் பின்தொடர்ந்தனர்.

ஏ.வி.எம். ஸ்டுடியோவுக்குள் ஆட்டோ நுழைந்ததும் இவனுக்குப் பிரமிப்பாக இருந்தது. விநாயகர் கோயில் முன்பு ஆட்கள் திரண்டிருந் தனர். முரளி வர்மா நடிக்கும் ‘தினந்தோறும் பௌர்ணமி’ படப் பூஜை. சின்னச் சின்னப் பாத்திரங்களில் நடிக்கும் நிறைய நடிகர் நடிகைகளை இவன் பார்த்தான். முரளி தோளில் போட்ட பூமாலையை வாங்கி வைத்திருந்தவரிடம் பைக்கில் வந்த மூன்று நபர்களும் கிட்டத்தில் போய் ஏதோ பேசினர். பின்பு இவர்களோடு வந்து நின்றுகொண்டனர். விழா முடியும் வரைக் காத்திருந்தனர். முரளி காரில் ஏறும்போது மாமாவை அருகில் அழைத்துப் போய் அறிமுகப்படுத்தினர்.

“அய்யாதான் நம்ம ‘மிராசுதார் மகன்’ படத்தின் புரடியூசர் சார்...”

முரளி வர்மா சிரித்தபடி கும்பிட்டுவிட்டு காரில் ஏறிச் சென்று விட்டார். முரளி கருப்பாக வசீகரமாகவே இருந்தார். இவனுக்கு முரளியை ரொம்பவும் பிடித்திருந்தது. ஊர் புறப்படும் போது மாமா குயிலமுதனிடம் ஐந்து லட்ச ருபாய் கொடுத்தார்.

“நாளைக்கே முரளி சாருக்கு அட்வான்ஸ் கொடுத்து அக்கிரி மெண்ட் ரெடி பண்ணிருவேன்...”

குயிலமுதன் சென்ட்ரல் ரயில் நிலையம் வரை கூட வந்து வழியனுப்பினான்.

“மிராசுதார் மகனில் நீங்கதான் மிராசுதார்... படம் வெளிவந்த வுடன் விஜயகுமார் மாதிரி நீங்க பீல்டுல ஒரு ரவுண்ட் வருவீங்க...”

கோவை எக்ஸ்பிரஸ் புறப்பட்டது. ஊர் வரும்வரை மாமா மிராசுதார் மகன் பற்றியே பேசியபடி வந்தார். மாமா படம் தயாரிக்கிற சேதி சுற்றுவெளி ஊருக்கெல்லாம் பரவிவிட்டது. அன்றும் விடிந்தும் விடியாத அதிகாலை. மழை அடர்ந்து பெய்து கொண்டிருந்தது. பஞ்சாலை நுழைவாயிலிலேயே வாட்ச்மேன் தினத்தந்தியை விரித்துக் காண்பித்தார். மிராசுதார் மகன் பாடல் பதிவுடன் இனிதே ஆரம்பம் என்கிற விளம்பரம். மாமா அரிவாளை ஓங்கியபடி மூர்க்கமாக கர்ஜிக்கும் புகைப்படம். முரளி வர்மா கனகாவைத் தூக்கிக்கொண்டு நடந்து வரும் புகைப்படம். அதன் கீழே கதை, திரைக்கதை, வசனம், இயக்கம் குயிலமுதன் என்றும் இருந்தது. உச்சியில் மாமா படத்தைப் பெருமையுடன் வழங்குவதாக இருந்தது. இவனோடு வேலை செய்யும் மற்ற பஞ்சாலைத் தொழிலாளர்களும் சந்தோசப்பட்டனர். அன்று மதியம் மாமா மெட்ராஸ் சினிமா ஆபிசிலிருந்து பஞ்சாலை தொலைபேசிக்குக் கூப்பிட்டு இவனிடம் பேசினார்.

“நாளைக்கு நாங்க மொதமொதலா ஷூட்டிங் பண்ண நம்ம ஊருக்குத்தான் வர்றோம்... தலைவாசல் வெநாயகன் கோயிலை கொஞ்சம் சுத்தம் பண்ணி வெச்சிரு...”

மறுநாள் இருள் விலகுவதற்கு முன்னான கருக்கலிலேயே படக்குழுவினர் தலைவாசல் வந்துவிட்டனர். சூரிய உதயத்துக்கு முன்பே கேமராமேன் விநாயகர் கோயிலுக்கு லைட்டிங் பண்ண ஆரம்பித்துவிட்டார். குயிலமுதன் கேமராமேன் பின்னால் அமைதியாக கைகட்டி யோசித்தபடி நின்றான். மாமாவுக்கு ஒப்பனை நடந்து கொண்டிருந்தது. மேக்கப்மேன் ஜமீன்தாருக்கான தோற்றத்தை ஒப்பனையில் கொண்டுவரப் போராடிக்கொண்டிருந்தார். குயில முதனின் உதவியாளர் அருகில் நின்று மாமா முதன் முதலாகப் பேசும் வசனத்தை திரும்பத் திரும்பச் சொல்லிக் கொடுத்துக்கொண்டு இருந்தார்.

சுற்றுவெளி ஊர்களில் இருந்தெல்லாம் சனங்கள் ஷூட்டிங் பார்க்க வந்து குவிந்துவிட்டனர். முரளியும் கனகாவும் நாளை மறுநாள் வருவதாக புரடக்சன் மேனேஜர் சனங்களிடம் சொல்லிக் கொண்டிருந்தார். கேமராமேன் தயாரானார். கேமராவுக்கு பூஜை போட தேங்காய் சூடத்துடன் சுகுணா நின்றாள். ஜமீன்தார் விநாய கரை வணங்கி, அங்கிருந்து நடந்து எதிரில் உள்ள ஆலமரத்தடிக்கு சென்று தீர்ப்பு வழங்கும் ஷாட். ஆலமரத்தடியில் துணை நடிகர்கள் கூடி பஞ்சாயத்துக்குப் பேச தயாராக நிறுத்தப்பட்டிருந்தனர்.

ட்ராக்கன் ட்ரேலி போட்டு ஒரே ஷாட்டில் எடுப்பதாக கேமரா மேனின் திட்டம். அந்த நேரத்தில் டைரக்டர் குயிலமுதனைக் காணவில்லை. தேடிப் பார்த்தார்கள். அருகாமையில் குயிலமுதன் இருப்பதற்கான சுவடே இல்லை. நேரம் போயிற்று.. கேமராமேன் மாமாவிடம் வந்து பேசினார்.

"டைரக்டர் இல்லாம இப்ப எப்படி ஷூட் பண்ணறது...?"

மாமா பதில் பேசமுடியாமல் குழம்பினார். படப்பிடிப்பு நிறுத்தி வைக்கப்பட்டது. சாயங்காலத்தில் ராஜமாணிக்கம் வாத்தியாரும் குயிலமுதனின் அப்பாவும் வந்தனர். குயிலமுதன் எங்கு தேடியும் கிடைக்கவில்லை. இருள் சூழ்ந்தது. மாமா பணத்தைக் கொடுத்து படப்பிடிப்புக் குழுவினரை மெட்ராஸ் அனுப்பி வைத்தார். ஊருக்குள் பெருத்த அவமானமாகப் போய் விட்டது. பலரும் பலவிதமாகப் பேசத்துவங்கிவிட்டனர். அத்தையும் சுகுணாவும் சதா அழுதபடியே இருந்தனர். அந்த வாரமெல்லாம் மாமா வீட்டுக்குள்ளேயே முடங்கிக் கிடந்தார்.

அன்று விடிகாலையிலேயே மாமா இவனை வந்து கூட்டிக் கொண்டு அமராவதி ஆற்றைக் கடந்து அக்கரை வயலுக்குப் போனார். பழுப்புத்தாளுடன் கார்ப்போக நெல் அறுவடைக்கு தலை சாய்ந்து நின்றது. ஏறுவெயில் படர்ந்து கொக்குக் கூட்டங்கள் வட்டமிட்டன. தெற்கத்தி ஆசாமிகள் நான்குபேர் வந்து வயலை நோட்டமிட்டனர். விரைவில் பத்திரப் பதிவை வைத்துக் கொள்ளலாம் என சொல்லிவிட்டுப் போய்விட்டனர். ஆற்றைக் கடந்து இக்கரை வரும்போது மாமா மிகவும் சோர்வாகவே காணப்பட்டார்.

"இதுவரைக்கும் முப்பது லட்ச ரூவா காணாமப் போயிருச்சு... இந்த தலக்கட்டுல நா சம்பாரிச்ச எல்லாம் போயிருச்சு... மானம் மருகாதியும் போயிருச்சு..."

மாமா கண் கலங்கினார். இவனுக்கு என்ன பதில் கூறுவதென தெரியாமலேயே கூட நடந்தான். அடுத்து வந்த தினங்களில் இவன் மாமா கூடவே இருந்தான். மாமா உள் ஆசாரத்து ஊஞ்சலில் நாளெல்லாம் உட்கார்ந்தே கிடந்தார். யாரோடும் எதுவும் பேசிக் கொள்ளவேயில்லை. வீட்டுக்குள் நிசப்தம் நிரந்தரமாகக் குடி கொண்டுவிட்டது. வயலை விற்ற பணமும் வீடு வந்து சேரவில்லை.

அடைமழைக் காலம் ஆரம்பித்துவிட்டது. ஐப்பசி முதல் வாரம் விடிய விடிய அடைமழை கொட்டிக்கொண்டிருந்தது. இவன் மாமா வீட்டு வெளிநடையில் குடையை மடக்கும்போதே முற்றத்தில் சுகுணாவை நிறுத்தி அத்தை சாபமிட்டபடி அடித்துக் கொண்டிருந்தாள். சுகுணா மழையில் நனைந்துகொண்டு விறைப்பாகவே நின்றாள். மாமா தூணோரம் உடைந்துபோய் உட்கார்ந்திருந்தார். இவனைக் கண்டதும் அத்தை அடிப்பதை நிறுத்திவிட்டுச் சொன்னாள்.

“இந்த பாழாப்போனவ பண்ணிய காரியம் தெரியுமாப்பா... எங்க குடும்பத்த எட்டுச் சேத்தின நாடகக்காரனுக்கு முந்தி விரிச்சிருக்கா... இப்ப முழுகாம நாலு மாசமாம்...”

அத்தை இரு கைகளாலும் தலையில் அடித்துக்கொண்டு அழுதாள். மழை விட்டபாடில்லை. மறுநாள் இவன் மாமாவைப் பார்க்க வீட்டுக்குப் போனபோது சுகுணா மட்டுமே இருந்தாள்.

“மச்சான்... என்னை ஏதாச்சும் தர்மாசுபத்திரிக்கு கூட்டிப் போயி கலைக்க வெச்சுறேன்... அம்மா தர்ற பப்பாளிப் பழத்தையும் ஜிலேப்பியையும் திங்க முடியல...”

இவன் மாமாவிடம் பேசி சம்மதம் வாங்கினான். அத்தையையும் சுகுணாவையும் அழைத்துக் கொண்டு வெள்ளக்கோவில் போனான். நிர்மலாதேவி ஆஸ்பத்திரியில் சுகுணாவைச் சேர்த்தான். நான்கு தினங்கள் கழித்து ஊருக்குத் திரும்பியபோது பெரும்பாலும் எல்லோருக்குமே விஷயம் தெரிந்திருந்தது. அடுத்த இரு தினங்களும் மாமா வீட்டுக்குள் எதையோ தேடிக்கொண்டிருந்தார். கவலையடைந் திருந்தார். அத்தை இவனிடம் சொன்னாள்.

“பாகவத வாத்தியார் கொடுத்த பாம்பு கொத்திய மஞ்சள் துணியத்தான் தேடறாரு... எங்க போச்சுன்னு தெரியல...”

பருவமழை முடிவுறும் தருவாயிலிருந்த மார்கழி இறுதி வாரம். மூடுபனி கவிழ்ந்த விடிகாலை ஒன்றில் சுகுணா வந்து இவனை எழுப்பிக் கூட்டிப் போனாள். மாமா வீட்டு முற்றத்து வாசப்படியில் அத்தை வெறித்தபடி உட்கார்ந்திருந்தாள். சுகுணா இவனை நெல் மூட்டைகள் அடுக்கியிருந்த உள் ஆசாரத்து திண்ணைக்கு அருகில் கூட்டிப் போய் நிறுத்தினாள். இவனுக்குப் பகீரென்றது. நெல் மூட்டைக்கும் விட்டத்துக்குமிடையே மாமாவின் கால்கள் ஆடிக் கொண்டிருந்தன.

அந்த வருஷம் மாசியில் இவன் சோமனூத்து மாரியம்மன் கோவில் திருவிழாவுக்குப் போயிருந்தபோது குயிலமுதன் நாடக மேடையில் இருப்பதைக் கண்டான். குயிலமுதனும் இவனைப் பார்த்தான். நாடகம் நடக்க நடக்கவே இறங்கி வந்து எவ்விதக் கூச்சமும் இல்லாமல் இவனிடம் பேசினான்.

“எனக்கு சினிமா பத்தி எதுவும் தெரியாது... வெறும் ஆசையில இறங்கிட்டேன்... டைரக்சன் பண்ணக் கத்துக்கல... அன்னிக்கு எனக்கு எப்படி எடுக்கறதுன்னு சுத்தமா தெரியல... நாடகம் வேற சினிமா வேறேன்னு புரிஞ்சுது... அத்தனை பேருக்கு முன்னால அவமானப்படக் கூடாதுன்னு ஓடிட்டேன்...”

இவனுக்கு குயிலமுதன் மீது அளவிட முடியாத ஆத்திரம் வந்தது. மேடையில் நடித்துக் கொண்டிருந்த காட்சி முடிந்தது.

குயிலமுதன் மேற்கொண்டு பேசாமல் சென்றுவிட்டான். காலம் அத்தையையும் சுகுணாவையும் வீட்டோடவே முடக்கிவிட்டது. வீட்டின் நாலாமூலையிலும் வறுமை நிரந்தரமாகத் தங்கி வாசம் செய்தது. உறவினர்களும் விலகிப் போய்விட்டனர். இவன் மாமா வீட்டுக்குச் செல்வதை கௌரியும் அம்மாவும் விரும்பவில்லை, போவதையே நிறுத்திக்கொண்டான். ஆனாலும் ஒவ்வொரு நாளும் கோழி கூப்பிட பஞ்சாலைக்குச் செல்ல தாழம்புதர் வீதியைக் கடக்கும் போது எல்லாம் ஏனோ இவனுக்கு அச்சம் ஏற்பட்டது. பாகவத வாத்தியாரின் உருவமும் மாமாவின் நினைவும் தோன்றி மனதை அலைக்கழித்தன. பாகவத வாத்தியார் இன்னும் அரூபமாக வீதியில் நிற்பதாகவே பிரமை கொண்டான். மாமாவின் கடைசி நாட்களில் இயலாமையில் உட்கார்ந்திருந்த அவரின் வெறித்த கண்கள் இவனை விட்டு விலகவேயில்லை. நாகங்கள் கொத்திய மஞ்சள் பூசிய துணி காற்றில் அலைந்து இவன் முன்னால் விழுவது போலவே அடிக்கடி தோன்றியது.

ஆடிக் காற்றின் காலம். கோடைக் காற்று வெறிச்சோடிய தாழம்புதர் வீதியில் சப்தமிட்டுக் கடந்தது. இவனுக்கு மில்லுக்குச் செல்லும் அவசரம். சைக்கிளை விசையாய் மிதித்தான். காராட்டு பூனை மிரண்டு குறுக்கே தாவி ஓடியது. யாரோ ஒரு பெண் உருவம் வீதியில் வழிமறித்து நிற்பதுபோலவே பட்டது. இவன் சைக்கிளின் வேகத்தைக் குறைத்தான். உள்ளுக்குள் பயம் எழுந்தது. கிட்டத்தில் போவதுக்கு முன்பே அது ஒரு பெண் உருவம் எனத் தெரிந்ததும் மேலும் பயம் கூடியது. பாகவத வாத்தியாரின் வசியத்தில் பலியான ஏதோ ஒரு பெண் பேய் என்று நினைத்து உடல் நடுங்கத் துவங்கி விட்டது. அக்கம் பக்கத்தில் ஆட்கள் இல்லை.

அந்தப் பெண் பேய் நடுவீதியில் நகராமல் அப்படியே நின்றது ஒருகணம். இவன் கண்ணை மூடிக்கொண்டு ஒதுங்கிப் போக சைக்கிளை வேகமாக அழுத்தினான்.

"மச்சான்... நாந்தான் சுகுணா... நில்லுங்க..."

சுகுணாவின் குரல் கேட்டதும் இவன் சைக்கிளை நிறுத்தி காலூன்றியபடி நின்றான். அதற்குள் சுகுணா சைக்கிள் அருகில் வந்து மெதுவாகப் பேசினாள்.

"நேத்து மத்தியானத்திலிருந்தே அம்மா அடங்கல... தூங்கவுமில்ல... சத்தம்போட்டு ஆர்ப்பாட்டம் பண்றா..."

இவன் யோசித்தபடியே சைக்கிளைவிட்டு இறங்கினான். உருட்டிக்கொண்டு சுகுணா பின்னால் நடந்தான். வீட்டின் உள் ஆசாரம் பூட்டியிருந்தது. சன்னலில் எட்டிப் பார்த்தான். அத்தை சுவற்றோரம் நின்று தன்னப்போல பேசிக்கொண்டிருந்தாள். சுகுணா விரக்தியாகப் பேசினாள்.

"இனிமேலும் இங்க வெச்சிருக்க முடியாது... கல்பாத்தி கூட்டிட்டு போயிறலாமுன்னு இருக்கேன்..."

இவன் எந்தப் பதிலும் சொல்லாமல் கிளம்பிவிட்டான். பஞ்சாலை செல்லும் வரை சுகுணாவுக்கு கொஞ்சம் பண உதவி செய்திருக்க வேண்டும் என்ற எண்ணம் தோன்றியபடியே இருந்தது. இவன் அத்தையும் சுகுணாவும் என்ன ஆனார்கள் என எதுவும் தெரியாததால் அவ்வப்போது குழம்பிக்கொண்டு இருந்தான். ஆறு மாதங்கள் போயிருந்தன. ஒரு இளமதியம் பஞ்சாலை தொலைபேசிக்குக் கூப்பிட்டு சுகுணா பேசினாள்.

"... மச்சான்... அம்மா... அம்மா..."

சுகுணா மேற்கொண்டு சொல்லமுடியாமல் தேம்பித் தேம்பி அழுதாள். இவன் பஞ்சாலைத் தோழர்களிடம் பணம் கைமாத்து வாங்கிக்கொண்டு கேரளா புறப்பட்டான். கல்பாத்தி எங்கும் அத்தி துளிர்த்து காய் காய்த்திருந்தது. மனநலக் காப்பகம் போகும் வழி யெங்கும் குரங்குகள் குறுக்கும் நெடுக்கும் பாய்ந்தன. சுகுணா அழவில்லை. ஏதோ பெரிய நிம்மதி கிடைத்ததுபோல சாந்தமாக அமர்ந்திருந்தாள்.

மறுதினம் அந்தி மஞ்சள் வெயில் மங்கிக்கொண்டு வந்தபோது அத்தையின் இறுதிக் காரியம் முடிந்தது. ஊர்க்காரர்களும் உறவினர் களும் அதிகமாக யாரும் வரவில்லை. பொழைச்சுக் கெட்ட குடும்பத்தின் மரணத்துக்கு நேரும் கதி இதுதான் என சுற்றுவெளியில் பேசிக்கொண்டார்கள். அதன் பின்னான நாட்களில் அவ்வளவு பெரிய வீட்டில் சுகுணாவால் தனிமையில் இருக்க முடியவில்லை. இரவெல்லாம் வெளித்திண்ணையில் விழித்துக்கொண்டு உட்கார்ந் திருப்பதை இவன் கண்டான்.

அடுத்து வந்த வைகாசி நடுநிசி ஒன்றில் கார்மழைக் காற்று விசைகொண்டு வீசிற்று. உச்சி வானிலிருந்து கல்லுமாரி நிலத்தில் விழுந்து சிதறிற்று. வெளித்திண்ணைக் கட்டிலில் படுத்திருந்த இவன் தனிமையில் வசிக்கும் சுகுணாவைப் பற்றி யோசித்தான். எழுந்து நனைந்தபடி தாழம்புதர் வீதி சென்றான். மின்னல் கண்ணைப் பறிப்பது போல வெட்டியது. மாமா வீட்டின் நடைக் கதவு சாத்தப்பட்டிருந்தது. இவனுக்கு மனசு கேட்கவில்லை. உள்ளே சுகுணா நல்லபடியாக இருக்கிறாளாவென காண நினைத்தான். வெளித்திண்ணை வாசற் படியேறி கதவைத் தட்டினான். சுகுணா நடந்து கதவடிக்கு வந்தாள். கதவைத் திறக்காமலேயே சுகுணா பேசினாள்.

"இன்னாவரைக்கும் எனக்கு யாருமே இல்லையின்னு நெனைச்சு அழுதுக்கிட்டு இருந்தேன்... கடவுள் உங்கள அனுப்பிச்சு வெச்சுருக் கார்..."

இவன் பதிலேதும் கூறாமலேயே சிறிது நேரம் அப்படியே நின்றான். துளியின் அடர்வுடன் மழை வலுத்துப் பெய்துகொண்டே யிருந்தது. சுகுணா சொன்னாள். “உள்ள வந்தா ஊரு தப்பாப் பேசும்... போயிட்டு நாளைக்கு வாங்க மச்சான்...”

“பத்திரமா இரு...”

இவன் திரும்பி வீதிக்கு வந்தான். கௌரியும் அம்மாவும் கொட்டும் மழையில் குடை பிடித்தபடி நின்றிருந்தனர். அன்றுதான் இவன் மேல் முதல் சந்தேகம் விழுந்தது. அடுத்த ஐந்து மாதங்களில் குடும்பமும், ஊரும் சேர்ந்து இவனும் சுகுணாவும் ஊரைவிட்டு ஓடும் சூழலை ஏற்படுத்திவிட்டது. ஊருக்கே திரும்பி வராத பதினான்கு வருஷ வனவாச வாழ்க்கை. இப்போது சுகுணா இல்லை. ஊருக்குத் திரும்பி வந்தாயிற்று.

3

காவ்யா உறங்கிப் போயிருந்தாள். வெயில் தாழ்ந்து வந்தது. இவன் காவ்யாவை எழுப்பிக் கூட்டிக்கொண்டு வடக்கு வளவை நோக்கி நடந்தான். வீதியில் ஆட்கள் புழக்கம் இருந்தது. இவன் யாரோடும் பேசவேயில்லை. இவன் வீட்டின் முன்பு சென்றபோது ஆள் இருப்பதற்கான சுவடேயில்லை. குரலிட்டுக் கூப்பிட இவனுக்குத் தயக்கமாக இருந்தது. காவ்யாவோடு வெளித்திண்ணையில் அமர்ந்தான். குழப்பமாக உணர்ந்தான். திரும்பிப் போய்விடலாமாவென யோசனை எழுந்தது. காவ்யா நிச்சலனமாகவே உட்கார்ந்திருந்தாள். அதற்குள் ஊர்சனங்களுக்கு விஷயம் தெரிந்து சிலர் வந்து எட்டிப் பார்த்து விசாரிக்கத் துவங்கிவிட்டனர். உறவினர் பெண்ணொருத்தி சொன் னாள்.

“...கௌரி மேட்டுக்கடை மில்லுக்கு வேலைக்குப் போறா... பய்யன் தாயம்பாளையத்து பள்ளிக்கொடத்துக்கு போறான்... ரெண்டு பேரும்... பொழுது எறங்கற நேரத்திலதான்... வருவாங்க...”

இருட்டுகிற வேளையில்தான் கௌரியும் பையனும் வந்தனர். கௌரிக்கு தலைமுடி உச்சி வகிடோரம் நரைக்க ஆரம்பித்திருந்தது. பையன் அரும்பு மீசையில் இருந்தான். இருவரும் இவனையும் காவ்யாவையும் கண்டு அதிர்ச்சியடையவில்லை ஆச்சரியமும் அடையவில்லை. ஊருக்குள் நுழையும்போதே யாராவது சொல்லி யிருப்பார்கள். இவனும் காவ்யாவும் எழுந்து வாசலில் இறங்கினர். கௌரி சிரித்தாள். காவ்யாவின் கிட்டத்தில் போய் விசாரிக்க ஆரம்பித்தாள். இவனுக்கு அச்சம் அகன்று மனசு கொஞ்சம் நிம்மதியானது. பையன் எதுவும் பேசவேயில்லை. இவனையும் காவ்யாவையும் மாறி மாறிப் பார்த்தபடியே இருந்தான். இரவு

உணவுக்குப் பின் காவ்யா சீக்கிரமே உறங்கிவிட்டாள். நடைக் கதவோரம் வந்து நின்ற கௌரி மெதுவானக் குரலில் கேட்டாள்.

"காவ்யா பெரிய மனுசி ஆயிட்டாளா... ?"

"... இல்ல..."

கௌரி சிரித்தபடி திரும்பி உள்ளே போய்விட்டாள். இவனுக்கு பெரிய பாரம் நீங்கியதுபோல இருந்தது. ஊர் அடங்கிவிட்டது. தேய்பிறை நிலா கிளம்பி மேலேறி வந்தது. இவன் எழுந்து தாழம்புதர் வீதிக்குப் போனான். மாமாவின் வீடு மௌனித்துக் கிடந்தது. இராப்பூச்சிகளின் சப்தம் கூட வெளிப்படவில்லை. நிலா வெளிச்சம் படர்ந்த முற்றத்தில் ஏதோ ஒளிர்வதுபோல இருந்தது. இவன் கதவைத் திறந்து கிட்டத்தில் போனான். குனிந்து எடுத்துப் பார்த்தான். இவனும் கௌரியும் மணக்கோலத்தில் நின்ற கல்யாணப் புகைப்படம். இவனுக்கு மட்டும் தடிமனாக மீசை வரையப்பட்டிருந்தது. இதை யார் வரைந்து இங்கு கொண்டு வந்து போட்டிருப்பார்கள் என்று இவனுக்குப் புரிந்துவிட்டது. சிரித்துக்கொண்டான்.

◯

வனக்கரடி

வேம்பு தழைத்துப் பூவெடுத்திருந்த கார்காலக்கோடை. எங்கும் சித்திரைப் புலர்பொழுதின் குளிர்மை. ஊதியூர் மலை கிழக்கு மேற்காக நீண்டு கிடந்தது. ஈசான்ய மூலையிலிருந்த உத்தண்ட வேலாயுதசுவாமி கோவிலின் செங்குத்தான கல்படிக்கட்டில் நான் மேலேறிக்கொண்டிருந் தேன். தோளில் தொங்கவிட்டிருந்த என் வேட்டைக்குழல் துப்பாக்கி முன்னே நீட்டியபடி அசைந்துகொண்டு வந்தது.

கோவில் நடையின் எதிரே மயில்வாகனத்தைத் தாண்டி நடந்தேன். பாறையிடுக்கின் இடையே ஒற்றைக்கால் மண் தடம் வனத்துக்குள் கூட்டிப் போயிற்று. இலைச்சருகுகளும் முறிந்த சிறுகுச்சிகளும் விழுந்து கிடந்த கொழிமணலில் செருப்புத் தாரைகள் எதுவும் பதியவில்லை. பெரும்பறவைகளின், சிறு வனவிலங்குகளின் கால் தடங்கள் மட்டுமே தென்பட்டன. செம்போத்துகளும் வஞ்சுளங் குருவிகளும் கூட விழித்து இயல்பு நிலைக்குத் திரும்பிக் குரலிடாத பேரமைதி வியாபித்திருந்தது.

நான் தடத்தின் இருபுறமும் கவனமாகப் பார்த்துக்கொண்டே நடந்தேன். இன்னும் தூக்கச்சடைவு என்னைவிட்டு அகலவில்லை. நேற்று நான் மாமாவின் மலையடிவாரத் தோட்டம் வந்து சேர்ந்த போது நடுநிசியாகிவிட்டது. எனக்குக் கல்லூரியில் கோடைகால விடுமுறை விட்டதும் மும்பையிலிருந்து புறப்பட்டு கோவா, ஹம்பி, மைசூர் என இரு வாரங்கள் சுற்றி அலைந்துவிட்டு கடைசியாக இங்கு வந்து சேர்ந்திருந்தேன்.

நான் இந்த வருடக் கோடைகால விடுமுறையை இந்த ஊதியூர் மலையில் கழிக்க இரு காரணங்கள் இருந்தன. முதலாவது அனு. மாமாவின் ஒரே பெண். லண்டனில் மனோதத்துவ உளவியல் படிக்கும் அனு இந்த வாரத்தில் இங்கு வருவதாகச் சொல்லியிருந்தாள். அவளிடம் எப்படியாவது என் காதலை வெளிப்படுத்தியே தீருவது என்கிற திட்டம். இரண்டாவது ஒரு வனக்கரடி. கடந்த மூன்று

வருடங்களாக இந்த ஊதியூர் மலையில் உலவிக் கொண்டு சுற்றுவெளி ஊர்சனங்களைப் பயமுறுத்திக் கொண்டிருக்கும் இந்த வனக் கரடியை இதுவரை யாராலும் வேட்டையாட முடியவில்லை. இராணுவத்திலிருந்து ஓய்வு பெற்ற மாமா ஒரு கைதேர்ந்த வேட்டைக்காரர். அவராலும் கூட இன்னும் இந்த வனக்கரடியைச் சுட்டு வீழ்த்த முடியவில்லை. வனத்துறையினரும் தங்கள் முயற்சிகளைக் கைவிட்டு வெகுநாட்களாகிவிட்டன. கூண்டுகள் ஒவ்வொருநாளும் வெறுமனே கிடந்தன.

என்னுடைய திட்டத்தின்படி அனு இங்கு வருவதற்குள் நான் எப்படியாவது இந்த வனக்கரடியை வேட்டையாடிவிட வேண்டும். மாமாவின் வேட்டை சாகசத்தை விரும்பும் அனு நிச்சயம் என்னை ஏற்றுக்கொள்வாள் என்கிற நம்பிக்கை. மும்பையிலிருந்து கிளம்பும் போதே இந்தமுறை கரடிவேட்டைக்குத் தயாராகிவிட்டேன். புதியரக வேட்டைத் துப்பாக்கி ஒன்றை வாங்கினேன். பழையகாலத்துக் குழல் துப்பாக்கியின் சாயலில் கொஞ்சம் நீண்டு இருக்கும் இத்துப்பாக்கியால் இருநூறடி தாண்டித் தெரியும் மிருகத்தைக் கூடச் சரியாகச் சுட்டு வீழ்த்த முடியும்.

அடுத்ததாக ஹம்பி வந்து அருகே உள்ள தோரோஜி கரடிகள் சரணாலயம் சென்றேன். அது நெடிய குத்துப்பாறைகளும், இடைவிடாத புதர்க்காடுகளும் நிறைந்த முள்வனப்பகுதி. அங்கு சிறு குன்றின் மீது ஏறி நின்று கரடிகளுக்காகக் காத்திருந்தேன். அந்தி மஞ்சள் வெயில் படர நான்கு கரடிகள் சேர்ந்தே கிட்டத்தில் வந்தன. சாந்தகுணமும், மந்தமாக நடந்து செல்லும் இயல்பும் கொண்ட கரடியை உற்றுக் கவனித்தபோது என்னால் தனியொருவனாகச் சுட்டு வீழ்த்த முடியும் என்ற தைரியம் வந்தது. அன்றிரவு அங்கிருந்து சில மைல் தூரம் பயணித்து ஒரு குக்கிராமத்தில் வசித்து வந்த ஓய்வு பெற்ற சரணாலயத் தலைமையதிகாரி ஒருவரைச் சந்தித்தேன். தேக்கு மரங்கள் சூழ நடுவே இருந்த வீட்டில் அவர் எனக்குத் தேநீர் கொடுத்து உபசரித்துக் கரடியைப் பற்றிய நிறைய விஷயங்களைப் பகிர்ந்து கொண்டார். தனிமையில் வாழும் அவரோடு மூன்று நாட்கள் தங்கியிருந்தேன். வனமூலிகைகளின் பொரியலையும், அரைவேக்காடான கவுதாரிக் கறியையும் தின்பது மட்டும் கொஞ்சம் கடினமாக இருந்தது. அவர் புத்தக அலமாரியிலிருந்து புத்தகம் ஒன்றை எடுத்து என்னிடம் நீட்டினார். அது “ஒரு வேட்டைக் காரனின் நினைவலைகள்”. கன்னடத்திலிருந்து ஆங்கிலத்தில் மொழிபெயர்க்கப்பட்ட புத்தகம். அவர் மேலும் சில ஆங்கிலப் புத்தகங்களை எடுத்துக் கொடுத்தார்.

“.....டால்ஸ்டாய் எழுதிய ‘கரடிவேட்டை’ கதையில் வரும் கரடியையும், வில்லியம் பாக்னர் எழுதிய கரடி கதையில் வரும்

கரடியையும் நீ அவசியம் அறியணும்... அப்பத்தான் உனக்கு கரடிகளோட தந்திரமும் சாதுரியமும் தெரிய வரும்...”.

அவரின் சிபாரிசில் மைசூர் வந்து பதினான்கு பேர் கொண்ட குடகு மலையேற்றக் குழுவினருடன் சேர்ந்துகொண்டேன். செறிவு கொண்ட வனமரங்கள் சூழ்ந்த ஈரப்பாறையின் மேல் கடினப் பயணம். வனத்துக்குள் எவ்வளவு கவனமாக இருக்கவேண்டும் என்பதைக் கற்றுக்கொடுத்தனர். ஜிம் கார்பெட், கென்னத் ஆண்டர்சன் போன்றவர்களின் வேட்டை அனுபவப் புத்தகங்களையும் ஒன்று விடாமல் படித்தேன். வேட்டை விலங்குகள் எதிர்ப்படும்போது எப்படி எதிர்கொள்வது, எப்படிச் சுடுவது, எப்படித் தப்பிப்பது என்கிற விஷயங்கள் எனக்குப் பிடிபட்டன. நான் கரடி வேட்டைக்குத் தயாராகிவிட்டேன்.

ஊதியூர் மலை வனம் நிசப்தம் பெற்றுக் கிடந்தது. பொழுது மேலேறி மரநிழல்கள் மங்கிக்கொண்டு வந்தது. என் கண்கள் வனக்கரடியைத் தேடியபடியிருந்தன. வெயில் படியும் வெட்ட வெளியான ஓரிடத்தில் கிழங்குகளும், கோரைகளும் தோண்டப் பட்டிருந்தன. விசிறிய ஈரமண்ணில் கரடியின் பாதச் சுவடுகள் சில பதிந்திருந்தன. இந்த கரடி மிக சாதுரியமானதாக இருக்கக்கூடும் எனப்பட்டது. பாதச்சுவடுகள் கீழே சரிவை நோக்கிச் சென்று பாறைப் பரப்பில் போய் முடிந்தது. பாறையின் மேல் தாவித் தாவி கரடி போயிருக்க வாய்ப்பில்லை. நான் மிகுந்த எச்சரிக்கையுணர்வுடன் நாலாத்திசையிலும் தேடினேன். கரடி தட்டுப்படவில்லை. ஒருசமயம் டால்ஸ்டாயின் கரடிவேட்டையில் வரும் கரடிபோல பின்னோக்கி நடந்து ஏமாற்றுகிறதோவென தோன்றியது.

நான் அங்கிருந்து நகர்ந்தேன். வங்கநரிகள் தங்கும் குகைகளில் கரடி பதுங்கி இருக்கிறதாவென தேடுதல் வேட்டை நடத்தினேன். எலும்புத் துண்டுகள் இறைந்து கிடந்தனவே தவிர கரடி தென்படவேயில்லை. எனக்குப் பசியும் தாகமும் மிகுந்தன. சூரியன் மேற்கே சரிந்துவிட்டது. அந்தியிலும் நான் ஓய்வெடுத்துக் கொள்ளவில்லை. மலையடிவாரக் கிராமங்களில் பயணித்துச் சில முக்கியஸ்தர்களை சந்தித்தேன். கரடியைப் பற்றி ஆளாளுக்கு ஒருமாதிரி சொன்னார்கள்.

“இது பொட்டக் கரடியுங்க... முதுகில மூனு குட்டியச் சுமந்துக்கிட்டு போனத நான் பாத்தேன்....”

“நீங்க ஒத்தைக் கரடின்னு நெனைச்சு மலையில சுத்தறீங்க... ஒரு பெரிய கூட்டத்தோட இருக்கறத சுள்ளி பொறுக்கப் போன பொம்பளையொருத்தி பாத்திருக்கா....”

“இந்தக் கரடி ராத்திரியில மட்டுமே நடமாடுற கரடியுங்க... பகல்ல ஆரு கண்ணுக்கும் தட்டுப்படாதுங்க....”

நான் மறுபடியும் முன்னிரவிலேயே வனத்துக்குள் போய் விட்டேன். என் மனம் முழுக்க வனக்கரடி வியாபித்திருந்தது. இன்று விடிவதற்குள் எப்படியாவது கரடியைச் சுட்டு வீழ்த்த வேண்டும் என்கிற வெறி மூண்டது. தகையிலாங்குருவிகளும், ஆள்காட்டிகளும் வீச்சு வீச்செனக் கத்தி இரவின் அமைதியைச் சிதைத்தன. காட்டுவராககங்களும், முள்ளம்பன்றிகளும் உறுமிப் பயமுறுத்தின. விஷப்பாம்பு களும், உடும்புகளும் ஊர்ந்தன. கரடி மட்டும் விடியும்வரை என் கண்களுக்கு சிக்கவேயில்லை.

அடுத்த வந்த நாட்களும் இதேபோலவே கடந்தன. என்னை பெரும் உடல்அசதியும், மனச்சோர்வும் சூழ்ந்தன. ஆனாலும் தொடர்ந்து வனத்துக்குள் போய் விடாமுயற்சியாகக் கரடியைத் தேடுவதை மட்டும் நான் கைவிடவில்லை, கரடியும் என்னைத் திணறடித்துக் கொண்டிருந்தது. அன்று நான் சூரிய அஸ்தமனம் வரை வனத்துக்குள் கரடிவேட்டைக்கு அலைந்துவிட்டு மாமாவின் தோட்டம் வந்தபோது அனு வந்து சேர்ந்திருந்தாள். அதே பதின் பருவத்தில் பார்த்த அழகு. கன்னக்குழி. பிடரி தாண்டி அசையும் நெடுங்கூந்தல். ஐரோப்பியக் கலாச்சாரம் பாதித்த மாற்றம் எதுவும் அவளிடம் தெரியவில்லை. வெளிநாடு போய் வந்த அலட்டலில்லை.

இருள் பரவியதும் நான் வேட்டைக்குழல் துப்பாக்கியைத் தோளில் மாட்டிக்கொண்டு வனத்துக்குக் கிளம்பினேன். இன்று கரடியைச் சுட்டு வீழ்த்தி அனுவின் காலடியில் கொண்டுவந்து போடுவேன் என்கிற வைராக்கியம் மனசெங்கும். வீட்டு வெளித் திண்ணையில் அமர்ந்து தோட்டத்து வேலைக்காரன் திம்மனோடு பேசிக்கொண்டிருந்த அனு என்னிடம் கேட்டாள்.

"...மகி ...நீ இன்னும் இந்தக் கரடியைச் சுடமுடியுமுன்னு நம்பறே...?"

"நிச்சயமாக..."

அனு சப்தமாகச் சிரித்தாள். திம்மனும் சிரித்தான். எனக்குக் கோபம் வந்தது.

"இந்தக் கரடி உயிர் வாழற கடைசி ராத்திரி இதுவாகத்தான் இருக்கும்...."

நான் வாசற்படி இறங்கி நடந்தேன்..

"மகி... உன்னால ஒருபோதும் இந்தக் கரடியச் சுட முடியாது... எவ்வளவு முயற்சி செய்தாலும் பார்க்கக் கூட முடியாது...."

"இது பெரிய வேட்டைக்காரர்ன்னு பேரெடுத்திருக்கிற உங்க அப்பாவுக்கு வேணா பொருந்தும்.. எனக்கு அல்ல... நான் வெற்றியோட திரும்பறேன்...."

அனு மேற்கொண்டு பேசவில்லை. நான் இருள் படிந்த பாதையில் நடந்து வனத்தை அடைந்தேன். முயல்களும் எறும்பு தின்னிகளும் எதிர்பட்டு ஓடி மறைந்தன. இந்த இரவிலும் கரடியைத் தேடிய என் எல்லா முயற்சிகளும் விரயமாயின. பின்னிரவு அனாதர வாகக் கடந்தது. இரவில் இதுவரை நான் போகாத இடமான சிறுசிறு முள்மரங்கள் மண்டிய மலையின் உச்சிப் பகுதிக்கு நகர்ந்திருந்தேன். கரடி இங்குதான் ஒளிந்திருக்கக் கூடும் என்கிற திடமான நம்பிக்கை துப்பாக்கியைச் சுடும் நிலையில் வைத்துக்கொண்டேன். முட்கிளை களை ஒதுக்கி ஒதுக்கி குத்துப்பாறைகளில் தொடர்ந்து மேலேறிக் கொண்டிருந்தேன்.

அப்போது ஒளிரும் இரு கண்கள் என்னை நோக்கி வந்தன. ஒருகணம் உள்ளுக்குள் அச்சம் படர்ந்தாலும் அதே சமயம் கரடி மாட்டிக்கொண்டது என்கிற சந்தோஷமும் ஏற்பட்டது. இரு கண்களும் ஓரிடத்தில் அப்படியே நிலைகுத்திநின்றன. அதற்கப்பால் ஜோடி ஜோடி கண்களாக நான்கைந்து தென்படத் துவங்கின சட்டென. என் உற்சாகம் எல்லாம் வடிந்து போய்விட்டது. ஊர்க் காரர் சொன்னதுபோல் இது தனிக்கரடி இல்லை என்று தெரிந்து விட்டது. கூட்டக் கரடியை எப்படி சமாளிப்பது என்று யோசித்தேன். உயரமான சிவலிங்கம்போல் வடிவம் கொண்ட ஒரு பெரிய குத்துப்பாறையின் மேலேறி உட்கார்ந்துகொண்டேன்.

அதற்குள் எல்லா ஜோடிக் கண்களும் என்னை நோக்கி வரத் தொடங்கின. ஆறு தோட்டாக்கள் கொண்ட என் வேட்டைக்குழல் துப்பாக்கியினால் ஒரே நேரத்தில் எல்லாக் கரடிகளையும் சுட்டு வீழ்த்துவது சாத்தியமில்லை. இருந்தபோதிலும் நான் சுடும் மன நிலைக்கு வந்துவிட்டேன். எல்லா ஜோடிக் கண்களும் நான் அமர்ந்திருக்கும் குத்துப்பாறையின் நேர் கீழே வந்து நின்று மேலே அண்ணார்ந்து பார்த்தன. மங்கிய இருளில் உற்றுப் பார்த்தபோது அவைகள் அனைத்தும் செந்நாய்கள். மனித வாசனையை மோப்பம் பிடித்துக் கொண்டு என்னைத் தேடி வந்திருந்தன. அதே இடத்தில் குத்த வைத்து அமர்ந்தன. கண்கள் என்னைப் பார்ப்பதை மட்டும் விலக்கவில்லை. செந்நாய்கள் பொல்லாதவை. சமயோசிதமாக ஒன்று சேர்ந்து வேட்டையாடக் கூடியவை. நான் யோசித்தபடி என்ன செய்வது எனத் தெரியாமல் காத்திருந்தேன். செந்நாய்கள் ஏனோ குத்துப்பாறை மீது ஏறி வந்து தாக்கவில்லை என்பது மட்டும் எனக்கு ஒரே ஆறுதலாக இருந்தது.

நான் பொறுமையாக செந்நாய்களையே கவனித்தபடி இருந்தேன். இருள் அடர்ந்த வனத்தில் சுடரும் விண்மீன்கள் மட்டுமே துணை. நேரம் விடியக்காலையை நோக்கி நகர்ந்துகொண்டிருந்தது.

மேலும் இரு ஜோடிக் கண்கள் என்னை நோக்கி வந்தன. கண்களும் வித்தியாசமாக இருந்தன. மனித நடைபோல ஆடி ஆடி நெருங்கியது. நான் இதுவரை தேடிக்கொண்டிருந்த வணக்கரடியே தான். செந்நாய்கள் ஆக்ரோஷமாக குரைத்தன. கரடி பெருங்குரலில் உருமிற்று. நான் கரடியைச் சுடுவதற்கு ஆயத்தமானேன். எனக்குப் பயம் எழுந்தது. விரல்கள் நடுங்கின. தடுமாற்றம் குறைந்து குறி சரியானதும் சுட்டேன். கரடி வீறிட்டு உறுமியபடி சுருண்டு விழுந்தது. செந்நாய்கள் மிரண்டு ஓடி மறைந்தன. துப்பாக்கி வெடிச்சப்தத்தை மலை இன்னும் எதிரொலித்துக் கொண்டிருந்தது. அடிவார ஊர் சனங்கள் கண்டு கொண்டனர். வெளிச்சப் புள்ளிகள் மலையடி வாரத்தை நோக்கி வர ஆரம்பித்தன. மகிழ்ச்சி நிறைந்த தருணம்.

நான் திடுக்கிட்டுக் கண்விழித்தேன். கிழக்கே செவ்வண்ணம் பரவியிருந்தது. வனத்தின் வடக்குப் பள்ளத்திலிருந்து செந்நாய்கள் ஊளையிட்டன. துப்பாக்கி நழுவி தரையில் விழுந்து கிடந்தது. என்னையறியாமல் நான் உறங்கிப் போயிருப்பதைக் கண்டு வருந்தி னேன். மரணம் தழுவும் சந்தர்ப்பத்தை நானே வழிய வழங்கியிருக்கி றேன் எனத் தோன்றியது. குத்துப்பாறையிலிருந்து கீழே குதித்து இறங்கி னேன். குனிந்து துப்பாக்கியை எடுத்துக்கொண்டு சுற்றும் முற்றும் நோட்டம்விட்டேன். செந்நாய்களின் பாதச்சுவடுகளோடு கரடியின் பாதச்சுவடுகளும் பதிந்திருந்தன. பின்தொடர்ந்தேன். முட்புதரின் உள்ளே கரடியின் மூத்திர துர்நாற்றம் வீசியது. கரடி என்னைக் கிட்டத்தில் வரவழைக்கச் செய்யும் சமிக்ஞையாக இருக்கும் என உணர்ந்தேன். மேற்கொண்டு பின்தொடராமல் வனத்திலிருந்து வெளியேறினேன். ஏறு வெயில் பரவிவிட்டது. நான் மாமாவின் தோட்டம் வந்து சேர்ந்தபோது வாசலில் நின்று ஈரக்கூந்தலை உலர்த்திக்கொண்டிருந்த அனு என்னை ஏளனமாகப் பார்த்த படி கேட்டாள்.

“கரடியை வேட்டையாடி என் காலடியில் இழுத்து வந்து போட்டு காதலைச் சொல்லும் இளவரசனே... எங்கே கரடி....?”

என்னுடைய திட்டம் அனுவுக்கு எப்படித் தெரிந்தது என திகைத்தேன். நான் பதில் பேசாமல் வீட்டின் உள்ளறையை நோக்கி நடந்தேன்.

“யாருக்கும் சிக்காத இந்த வனக்கரடியை நான் உனக்கு காட்டுகிறேன்... ஆனா நீ சுடக்கூடாது...”

நான் திரும்பி வாசலுக்கு வந்து அனுவிடம் கேட்டேன்.

“ஏன் சுடக்கூடாது....?”

“ஏன்னா... இந்த தந்திரக்காரக் கரடியை இந்த வனத்தில் கொண்டுவந்து விட்டதே.... நான்தான்....”

நான் மேலும் திகைத்தேன். அன்று பின்மதியம். உள்ளறையில் உறங்கிக்கொண்டிருந்த என்னை அனு எழுப்பி வெளியே கூட்டி வந்தாள். வாசலில் திம்மன் கோணிப்பையைச் சுமந்துகொண்டு நின்றிருந்தான்.

"வாங்க அப்புனு... கரடிகிட்ட போகலாம்...."

கரடியிடமிருந்து தற்பாதுகாத்துக் கொள்ள ஏதாவது ஆயுதத்தை கோணிப்பையில் வைத்திருப்பான் என நினைத்துக் கொண்டேன். நான் வேட்டைக்குழல் துப்பாக்கியை எடுத்துக் கொள்ளாமலேயே திம்மனைப் பின்தொடர்ந்து சென்றேன்.

திம்மன் மலையின் தென்புறத்திற்கு கூட்டிப் போனான். நவகன்னிமார்கள் சன்னதியிலிருந்து கொங்கணச்சித்தர் குகைக்கு மேலேறும் பாறைப்படிக்கட்டில் ஏறினான். இருமருங்கிலும் பாலைச் சீவந்தி மரங்களும் கருநொச்சிப் புதர்களும் அடர்ந்து கிடந்தன. தவிட்டுக்குருவிகளின் கூட்டு ஓசை. நான் திம்மனைக் கேட்டேன்.

"உன்னால எப்படி கரடியை வரவழைக்க முடியும்...?"

திம்மன் தன் காரை படிந்த முன்பற்கள் தெரியச் சிரித்தான்.

"கரடியே என்னோடதுதானே...."

நான் அதிர்வுற்று புரியாமல் திம்மனை நோக்கினேன்.

"நான் ஒரு கரடி வித்தைக்காரன்... கண்ணபுரம் மாட்டுத் தாவணியில கரடியை வைத்து வித்தை காட்டிக்கிட்டு இருந்தேன்.... அப்பத்தான் நம்ம அனும்மா அங்கே காளைகளைப் போட்டோ எடுக்க வந்தாங்க.... என்னையும் கரடியையும் பார்த்துட்டு... சமாதானப்படுத்தி இங்கே கூட்டி வந்தாங்க... மூக்கணாங்கயித்தை உறுவி கரடியை மலையில விட்டுட்டோம்... அப்புறம் நான் தோட்டத்துல வேலைக்குச் சேர்ந்திட்டேன்...."

"இப்பவும் நீ கூப்பிட்டா கரடி வருமா...?"

திம்மன் மறுபடியும் சிரித்தான். இருவரும் கொங்கணச்சித்தர் குகை தாண்டி மேலேறி வனத்தை அடைந்திருந்தோம். திம்மன் கோணிப்பையில் கையை நுழைத்து பூவன்வாழைப்பழச் சீப்புகளையும், வெல்லக்கட்டிகளையும் ஆங்காங்கே பாறை மீது வைத்துக்கொண்டே வந்தான்.

"இதுக ரெண்டும் மேல கரடிக்கு ரொம்ப இஷ்டம்..."

ஆனால் கரடி வரவில்லை. நாங்கள் வனத்தின் வடக்குப் பள்ளத்துக்கு வந்து சேர்ந்தோம். திம்மன் மண்புற்றுக்களை கவனமாகப் பார்த்துக்கொண்டே வந்தான். வேங்கை மரத்தைச் சுற்றி எழும்பியிருந்த பெரிய கறையான் புற்று உடைந்திருந்தது. அருகே ஈர மண்கட்டிகள் சிதறிக் கிடந்தன. திம்மன் அந்தக் கரையான் புற்றைப் பார்த்தபடியே

நின்றான். அப்போது திடீரென விநோதமான சப்தம் நூறடித் தூரத்துக்குள் கேட்டது.

"கரடி... முன்னங்கால் நகத்தால இப்படி புத்தைப் பிராண்டி. உடைச்சு... ..நுனிவாயை புத்து ஓட்டையிலவுட்டு உறிஞ்சும்... அந்தச் சத்தம்தான் இது...."

திம்மன் சப்தம் வரத் துவங்கிய திசையைக் குறிவைத்து மரங்களிடையே புகுந்து ஓடினான். நானும் பின்னே ஓடினேன். அங்கு நான்கைந்து மண்புற்றுக்கள் உடைந்து சிதறிக் கிடந்தன. கரடியைக் காணவில்லை. இலைதழைகளிடையே ஒரு சிறு சலசலப்புக் கூடத் தென்படவில்லை. அதற்குள் கரடி மாயமானது புதிராகவே இருந்தது.

திம்மன் கோணிப்பையிலிருந்து மேளம் ஒன்றை எடுத்து கழுத்தில் மாட்டி அடித்தான். மேள ஓசை பாறைகளில் மோதி எதிரொலித்தது. எனக்கு திம்மனின் இந்தச் செயலும் விநோதமாகவே இருந்தது.

"இந்த மேளச்சத்தத்தைக் கேட்டா.. எங்கரடி ஆட ஓடி வரும்...."

திம்மன் சோர்வின்றி மேளத்தை அடித்துக்கொண்டே இருந்தான். வெயில் தாழ்ந்து மர நிழல் அடர்வு கொண்டது. சற்று நேரம் கடந்தபின் மந்திகள் உயர மரக்கிளைகளில் தாவித் தாவிக் கூக்குரலிட்டன. தட்டாரக்குருவிகள் இடைவிடாது கூவின. கரடியின் கனத்த உறுமல் எழுந்தது. குத்துப்பாறை ஒன்றின் மீது ஏறி நின்று எங்களையே பார்த்தது.

திம்மன் விசையாக மேளத்தை அடித்தான். கரடி பாறையி லிருந்து குதித்து படுவேகமாக எங்களை நோக்கி ஓடி வந்தது. நான் திம்மனுக்குப் பின்னால் நகர்ந்து பாதுகாப்பாக நின்று கொண்டேன். கரடி நெருங்க நெருங்க திம்மன் மேளம் அடிப்பதை நிறுத்தினான். எதிரே வந்து நின்ற கரடி சட்டென அதன் பின்னங்காலிரண்டையும் நிலத்தில் ஊன்றி நிமிர்ந்து நின்றது. அதன் முன்னங்காலிரண்டையும் ஒன்று சேர்த்து திம்மனுக்கு வணக்கம் வைத்தது.

திம்மன் கரடியின் முகத்தை வாஞ்சையாகத் தடவிக் கொடுத் தான். பூவன் வாழைப்பழ சீப்புகளையும், வெல்லக்கட்டிகளையும் தின்னக் கொடுத்தான். அன்பு மிகுதியால் கரடி மெதுவாக உறுமியது. ஆனாலும் கரடி தன் கடைக்கண்ணால் என்னை உற்றுப் பார்த்துக் கொண்டே இருந்தது. எனக்கு அச்சம் தொற்றியது. நான் மேலும் நகர்ந்து திம்மனை விட்டு சில அடி தூரம் பின்னால் போய் நின்றேன்.

"கரடி உங்களை ஒன்னும் செய்யாது... தைரியமா நில்லுங்கப்புனு..."

"அதோட பார்வையே சரியில்ல... என்னையே அடிச்சுக் கொல்ற மாதிரி பார்க்குது..."

"நீங்க இந்த வனத்துக்குள்ள வந்த முதல் நாள்லருந்து இன்னிக்கி

வரைக்கும் நீங்க வேணா கரடியப் பார்க்காம இருந்திருக்கலாம்.. ஆனா அது எல்லா நாளும் உங்களப் பார்த்துகிட்டுதான் இருந்திருக்கு..."

நான் புரியாமல் கரடியையும் திம்மனையும் மாறி மாறிப் பார்த்தேன்.

"அது நினைச்சிருந்தா முத நாளே உங்களை அடிச்சிக் கொன்னிருக்கும்... எங்கரடி அப்படிச் செய்யற கரடியில்ல."

அந்தச் சமயத்தில் வனத்தின் கிழக்கு மூலையிலிருந்து செந்நாய்கள் ஊளையிட்டபடி எங்களை நோக்கிப் பாய்ந்து வந்தன. எங்களைச் சுற்றிச் சுற்றி வந்து குரைத்தன. நான் பயந்து போனேன். கரடி சலனமில்லாமல் வெல்லத்தைக் கடித்துத் தின்றுகொண்டிருந்தது. திம்மன் பயப்பட்டதுபோல் தெரியவில்லை. செந்நாய்கள் முன்னங்கால் மண் பறிக்க எங்களைக் கடித்துக்குதறுவது போலப் பாய்ச்சல் காட்டின. அப்போது திடீரெனக் கரடி தின்று கொண்டிருந்த வெல்லத்தை தூர வீசிப் போட்டது. தொண்டை வலியெடுக்க உறுமிற்று. செந்நாய்களிடையே பாய்ந்து சண்டையிட்டது. செந்நாய்கள் கூட்டம் பயந்து பின்வாங்கின. திம்மன் என்னைப் போய்விடும்படி ஜாடை காட்டினான். நான் வனத்திலிருந்து கீழிறங்கி மாமாவின் தோட்டம் வந்தேன். இருள் கவிழ்ந்து விட்டது. தொழுவத்தில் பசுமாட்டுக் கன்றுகளோடு நின்றிருந்த அனு சொன்னாள்.

"இப்ப இந்தக் கரடிதான்... இந்த வனத்தைக் காப்பாத்திட்டு இருக்கு..."

எனக்கும் புரிந்துவிட்டது. நான் உள்ளறைக்குச் சென்று என் வேட்டைக்குழல் துப்பாக்கியிலிருந்த தோட்டாக்களை வெளியே எடுத்து சன்னலுக்கு அப்பால் வீசி எறிந்தேன்.

◯

என். ஸ்ரீராம் ◆ 113

கருட வித்தை

அகாலத்தில் வந்து யாரோ வெளிநடைக் கதவைத் தட்டும் ஓசை கேட்டது. தோட்டத்து வீட்டின் ஆசாரத்துத் திண்ணையில் படுத்து உறங்கிக் கொண்டிருந்த நான் திடுக்கிட்டுக் கண் விழித்தேன். தோக் குருவிகள் ஊடுருவி முகட்டுவளையோரம் சடசடத்தபடி குறுக்கும் நெடுக்குமாகப் பறந்துகொண்டிருந்தன. மேல் விட்டத்தில் ஊர்ந்த பல்லி கணிக்கணிரென சகுனித்தது. அதற்குள் கதவு மீண்டும் தட்டப் பட்டது.

நான் உள்ளுக்குள் பயந்துபோனேன். அவசரமாக எழுந்து காவி வேட்டியை இறுக்கிக் கட்டினேன். நடையை நோக்கிச் சென்றேன். ஒற்றை மாடவிளக்கு ஒளியில், சுவரில் அசைந்த என் நிழல் கூடவே வந்தது. தாழ் விலக்கிப் பார்த்தபோது வாசற்படியில் கலவரத்துடன் அப்புச்சி நின்றிருந்தார். கையில் தீப்பந்தம்.

"பெருமாள் போயரைப் பூச்சி தொட்டிருச்சு"

நான் பதில் பேசாமல் அப்புச்சி பின்னால் நடந்தேன். வழி அத்துவானமாகி வெறிச்சோடிக் கிடந்தது. காலடியில் தவளைகள் அரற்றியபடி தாவிக் குதித்தோடின. அப்புச்சி நேராக நூறு படிக் கிணற்றுக்குக் கூட்டிப்போனார். நீரலையடிக்கும் கீழ் படியில் பெருமாள் போயர் கிடத்தப்பட்டிருந்தார். வாயில் வெண்நுரை தள்ளியிருந்தது. நீலம் பாரித்த உடம்பில் எவ்வித அசைவும் இல்லை. நாகசர்ப்பம் வீரியமாகத் தீண்டியிருக்கிறது என்பதை, பார்த்ததும் கண்டு கொண்டேன்.

"கேக்க மாட்டன்னு பிணையல் பாம்போடு வெளையாண்டான். நாகப்பூச்சி எட்டடி இருக்கும். கனஜீவன்.. கெண்டைக் கால் சதையில போட்டிருச்சு."

அப்புச்சி தீப்பந்தத்தைத் தாழ்த்தி, கடிவாயைத் தொட்டுக் காண்பித்தார். பல் பதிந்த தடம் ரத்தம் கன்றித் தெரிந்தது. நான் அதே படியில் கிழக்கு பார்த்து அமர்ந்து கண்களை மூடினேன். சர்ப்ப விஷப்பாடத்தின் மந்திரத்தை உச்சரித்தேன். புறச்சூழலை மறந்தேன். மேல்படிக்கட்டில் இருந்து கம்பரிசி நாகம் சீறியபடி கீழிறங்கி வந்தது. அதே எட்டடி நீளம். நான் அசரீரியான தொனியில் கத்தினேன்.

“வா நாகராஜனே.. வந்துட்டியா...? நீ செஞ்ச பாவத்தை நீதான் தீர்க்கணும்.”

கம்பரிசி நாகம் பெருமாள் போயரின் அருகில் சென்று படம் விரித்து நின்றது.

“போ.. கடிவாயில் பல் பதிச்சு நஞ்சு எடு...”

கம்பரிசி நாகத்தின் படம் சட்டெனச் சுருங்கிற்று. வந்த வழியாக படியில் மேலே செல்ல யத்தனித்தது. நான் அதட்டினேன்.

“என்னடா... பின்வாங்குற? என்னை மீறிப்போனா என்ன நடக்கும்னு தெரியும்ல...?”

கம்பரிசி நாகம் நிற்கவில்லை. நான் கோபம் அடைந்தேன். கருட வித்தைக்கான மந்திர உச்சாடனத்தைத் தொடங்கினேன். கம்பரிசி நாகம் படிகளைக் கடந்து மேலே போய்க்கொண்டே இருந்தது. என் மந்திர உச்சரிப்பு வெறியாவேசம் கொண்டது. எனக்கு இறக்கைகள் முளைத்தன. கருடனாகி விட்டேன். அந்தரத்தில் பறந்தேன்... கம்பரிசி நாகத்தைக் குறிவைத்தேன். கம்பரிசி நாகம் மிரண்டு வேகமெடுத்து ஊர்ந்தது. நான் கீழிறங்கி கூர் நகத்தால் நாகத்தின் நடுவயிற்றைக் குத்திக் கிழித்தேன். மீண்டும் அந்தரத்தில் ஏறி வட்டம் அடித்து நாகத்தின் தலையைக் குறிபார்த்து கீழ் இறங்கினேன். கம்பரிசி நாகம் தலையைச் சிதைத்து மாண்டது. அடுத்து நான் நேராக பெருமாள் போயரிடம் பறந்தேன். திடீரென என் இறக்கைகள் செயல் இழந்தன. கிணற்றங்கரையில் நின்று ஒரு ஜடாதாரி கடகடவெனச் சிரித்தார்.

“உன்னால பெருமாள் போயரைக் காப்பாற்ற முடியாது. உன் கருட வித்தை பலிக்க நான் விடமாட்டேன்.”

தீப்பந்தத்தை வீசிவிட்டு படிக்கட்டின் மேல் ஏறி ஓடத் தொடங்கினார் அப்புச்சி. ஜடாதாரி மறுபடியும் சிரித்தார்.

“கருடவித்தை என்பது, பாம்பின் விஷம் நீக்கும் ஒரு தேவமந்திரம். தன்னையே கருடனாகப் பாவித்து விஷம் நீக்கும் ஒரு மாயவித்தை. அதன் காலம் இன்றோடு முடிந்துவிட்டது.”

நான் படிக்கட்டுகளை நோக்கி தலை கீழாக விழ ஆரம்பித்தேன். கனவு கலைந்து சுயநினைவுக்கு மீண்டேன். இன்னும் கை கால்கள் நடுங்கின. உடம்பு வியர்த்துக் கொட்டியிருந்தது. கண்ட கனவின் பயம் நெஞ்சம் எங்கும் உறைந்து நின்றது. கனவின் தாத்பர்யமும் புரிந்து கொள்ள முடியாததாகவே இருந்தது. நெடுநேரமாக நூறு படிக் கிணற்றின் படிக்கட்டில் விழித்தபடி உட்கார்ந்திருந்த நான் எப்படிக் கண்ணயர்ந்தேன் என்பதும் புதிராகவே இருந்தது. உடனே என் மனம் பெருமாள் போயருடனான முதல் சந்திப்பு நேர்ந்த தருணத்தை நினைக்கத் தொடங்கியது.

ரௌத்திரி வருஷம். ஆடி அமாவாசை, திங்கட்கிழமை சூரிய கிரகண நாள். பொழுது உதிப்பதற்கு முன்னர் இருந்தே ஊர்சனங்கள் கதவு, ஜன்னல்களை எல்லாம் சாத்திக்கொண்டு வீட்டுக்குள்ளேயே முடங்கிவிட்டனர். காலையிலேயே நிசப்தம் ஊரைச் சூழ்ந்து கொண்டது. நான் நிறைமாதக் கர்ப்பிணி சித்தியோடு உள்வீட்டில் உட்கார்ந்திருந்தேன். அப்பா ஆசாரத்துக் கட்டிலில் படுத்தபடி வானொலியில் சூரியகிரகணம் பற்றிய செய்திகளைக் கேட்டுக் கொண்டிருந்தார். பித்தளை அண்டா குடிநீரில் அருகம்புல்லைப் போட்டுவிட்டு வந்த அம்மா கிரகணம் முடியும்வரை யாரும் எதுவும் சாப்பிடக் கூடாது எனக் கட்டளையிட்டுவிட்டுப் போனாள்.

எனக்கு ஏற்கனவே பசித்தது. மூத்திரம் முட்டியது. வீதிக்குப் போக அனுமதி இல்லை. "கெரகணம் விலக மதியம் ஆகும்" என்றார். அப்பா. அந்தச் சமயத்தில் அப்பாரய்யன் தடி ஊன்றிய படி வாசலில் வந்து நின்று சத்தமிட்டார்.

"அடேய்.. உங்க சித்தப்பங்காரன் சொன்ன பேச்சு கேட்காம மோட்டாரப் போட்டு எள்ளுக்காட்டுக்குத் தண்ணி பாய்ச்சப் போயிட்டான். உங்கொப்பன வந்து "வேண்டாம்"னு சொல்லச் சொல்லு.."

ஆனால் அப்பா உடனே தோட்டம் செல்லவில்லை. சிறிது நேரம் நின்று பார்த்துவிட்டு அப்பாரய்யன் தடி ஊன்றியபடி சென்று விட்டார். விஷயம் புரிந்ததும் சித்தி அழ ஆரம்பித்து விட்டாள். தொடர்ந்து வீதி பேச்சரவமற்றே கிடந்தது. மதியம் வாக்கில் அப்பாரய்யன் திரும்பவும் வாசலில் வந்து நின்று குரல் கொடுத்தார்.

"முழுக் கெரகணம் புடுச்சிடுச்சு. அவென் கேட்கலை. ஆராச்சும் வந்து சண்டை புடிச்சு உடுங்க."

நான் ஆசாரத்துக்கு ஓடி வந்து சத்தமாகக் கேட்டேன்.

"கெரகணம் எப்படி அப்பாரு இருக்கு?"

"பொழுது மஞ்சளாயிருச்சு. நெழலு கட்டின மாதிரி இருக்கு. காக்கா குருவி கூட கத்தலை. நாய் பூனை கூட நடமாடலை."

அதன் பின்பு நெடிய மௌனம் கவிழ்ந்தது. அப்பாரய்யன் போய்விட்டார். வீதியில் பேச்சுச் சத்தம் கேட்டது. சித்தி என்னிடம் தோட்டம் போய் சித்தப்பாவைப் பார்த்து வரும்படி கூறினாள். அம்மா வெளிநடைக் கதவைத் திறந்ததும் நான் புறப்பட்டேன். ஊர் சனங்கள் வீதியில் நின்று மேலே அண்ணாந்து வானத்தைப் பார்த்துக் கொண்டிருந்தனர். மேற்கே சரியும் சூரியன் எப்போதும் போலவே இருந்தது.

நான் தோட்டம் சென்று தண்ணீர் ஓடிய வாய்க்காலைப் பிடித்துக் கொண்டு எள்ளுக்காடு வரை போனேன். இடுப்பு உயரம் வளர்ந்த

எள்ளுச் செடிகள் பூவும் பிஞ்சுமாக மேகாற்றுக்கு அசைந்தன. நான், தண்ணீர் பாய்ந்திருந்த பாத்தி பாத்தியாகச் சென்று சித்தப்பாவைத் தேடினேன். நீண்ட நேரத்துக்குப் பின்னர் ஓர் இடத்தில் ஆள் அனத்துவது போல் கேட்டது. கிட்டத்தில் போய் பார்த்தேன். சித்தப்பா மட்ட மல்லாக்கா விழுந்துகிடந்தார்.

"பூச்சி தொட்டிருச்சுடா.. கட்டுவிரியன்... ஊருக்குள்ள ஓடி அப்பாவை பாம்புப் பாடம் போடுற அய்யனைக் கூட்டிவரச் சொல்லு..."

சித்தப்பாவை இந்த நிலைமையில் பார்க்க எனக்குப் பயம் சூழ்ந்தது. நான் ஊரைப் பார்த்து ஓடினேன். இடையிலேயே அப்பா பால்போசியோடு மிதிவண்டியில் எதிரில் வந்தார். விஷயத்தைச் சொன்னதும் அப்பாவும் பதற்றமானார். மிதிவண்டியை என்னிடம் கொடுத்தார்.

நான் நல்லிமடம் போய் பாம்புப் பாடத்து அய்யனைக் கூட்டி வரும்போது எள்ளுக்காடு எங்கும் ஊர் சனங்கள் கூடிவிட்டனர். சித்தியும் அம்மாவும் பெருங்குரலெடுத்து அழுது கொண்டிருந்தனர். பாம்புப் பாடத்து அய்யன் சித்தப்பாவின் நாடியைப் பார்த்துவிட்டு வேப்பங்குழாய் ஒடித்து வந்து பாம்புப் பாடத்தைப் போட்டார். பின்பு, மௌனமாக நகர்ந்து நின்றார்.

"விதி முடிஞ்சாத்தான் வீரியன் கடிக்கும்னு சொல்வாங்க. அதுவும் அமாவாசை சூரிய கெரகணத்தன்னிக்குக் கடிச்சிருக்கு. வெஷமும் வெரசலா தலைக்கு ஏறுது. பொழைக்க வாய்ப்பில்லை. இனி ஆகிற காரியத்தைப் பாருங்க."

அதற்கு மேல் பாம்புப் பாடத்து அய்யன் அங்கு நிற்கவில்லை. வரப்பேறி ஊரை நோக்கி நடக்கத் தொடங்கினார். எல்லோரும் செய்வதறியாமல் திகைத்து நின்றோம். அந்த நேரத்தில் தான் மேற்கே கோவில்பாளையத்தில் இருந்து ஒரு அப்புச்சி வந்து சேர்ந்தார்.

"வண்டியைப் பூட்டுங்க மாப்ள... இச்சுப்பட்டி பெருமாள் போயரைப் போயி கூட்டிவந்தோம்னா, பொழைக்க வெச்சிருவாரு."

அப்பா விரைசலாகக் கட்டுத்தரைக்கு ஓடி எருதுகளை அவிழ்த்து சவாரி வண்டியைப் பூட்டினார். அப்புச்சி எருதுகளின் தலைக் கயிற்றைப் பிடித்துக் கொண்டதும் நான் பின்னால் ஏறிக்கொண்டேன். நாலுகால் பாய்ச்சலில் எருதுகள் வேகமெடுத்தன.

பெருமாள் போயரின் வீடு இச்சுப்பட்டியின் தென்புறமாக ஒதுங்கியிருந்தது. பனையோலைக் கூரையிட்ட வீடு, சுற்றிலும் ஓடைக்கல் கட்டுமதில். அப்போதுதான் கிணற்று வெட்டுக்குப் போய்விட்டு வந்து எறப்புத் திண்ணையில் உட்கார்ந்திருந்த பெருமாள் போயர், சவாரி வண்டியைக் கண்டதும் எழுந்து வீதிக்கு வந்தார்.

முப்பத்தைந்து வயது இருக்கும். நிமிர்ந்த முதுகு. கடைவாயில் புகையிலை அதக்கல். கனத்த மீசைக்குள்ளே காவி முன்பற்கள் தெரியும் சிரிப்பு. அந்தச் சமயத்தில் வெள்ளாடு மேய்த்து ஓட்டிவந்த பெருமாள் போயரின் வீட்டுக்காரி எல்லம்மா எங்களைப் புரியாமல் பார்த்தாள்.. பெருமாள் போயர் வண்டியில் ஏறி அமர்ந்தபடியே வீட்டுக்காரியிடம் சொன்னார்...

"இவுங்க சின்ன மாப்பிள்ளையைக் கட்டுவிரியன் கடிச்சிருச்சு. நான் போயிட்டு வர்றேன்."

நான் அதிர்ந்து போனேன். நாங்கள் யாரும் எதுவும் சொல்லாமலேயே பெருமாள் போயருக்கு இந்த விஷயம் எப்படித் தெரியும்? விசித்திரமாகவே இருந்தது. எள்ளுக்காட்டில் சித்தப்பாவின் நிலை மிக மோசமாகவே இருந்தது. அப்பா வாயில் துண்டை வைத்தபடி குசுகுசுவென அப்புச்சியிடம் பேசினார்.

"போயிருச்சு"

பெருமாள் போயர் அப்பாவின் பேச்சைக் காதில் வாங்காமல் சித்தப்பாவிடம் போனார். சித்தப்பாவுக்கு விழிகள் மேலேறிக் கிடந்தன. கூட்டம் தூரப்போய் நின்று அமைதியானது. அம்மாவும் சித்தியும்கூட அழுகையை நிறுத்தினர். பெருமாள் போயர் சம்மண மிட்டு கிழக்கு பார்த்து அமர்ந்தார். வாய்க்குள் ஏதோ மந்திரம்போல முனகினார். சற்று நேரத்தில் ஆகாயத்தில் கருடன் தீவிரமாகக் கத்துவது கேட்டது. கூட்டத்தோடு சேர்ந்து நானும் மேலே பார்த்தேன். கருடன் கீழே பார்த்தபடி வட்டமிட்டுக் கொண்டிருந்தது. அப்போது பெருமாள் போயர் ஒரு சிலைபோல இருந்தார்.

யாரும் எதிர்பாராத கணத்தில் கருடன் கீழே இறங்கி சித்தப் பாவை இரையை வேட்டையாடுவது போல அடிக்கத் தொடங்கியது. பின் சிறிது நேரம் மேலே பறப்பதும், கீழே இறங்கி சித்தப்பா மீது மோதுவதுமாக இருந்தது. பின் ஆகாயத்தின் உயரத்துக்குப் பறந்து திடீரென மறைந்து போயிற்று. பெருமாள் போயர் எழுந்து கூட்டத் தோடு நின்ற அப்புச்சியிடம் வந்தார். அப்பாவும் கூட்டத்தினரும் நம்பிக்கையின்றி சித்தப்பாவையே பார்த்துக் கொண்டிருந்தனர். பெருமாள் போயர் சிரித்தபடி சொன்னார்.

"நான் ஒரு விடுகதை போடறேன். அதை விடுவியுங்க. அதுக்குள்ள அந்த அப்புனு எழுந்து உக்கார்ந்திருவாரு."

யாரும் பதில் பேசாமல் பயந்தபடியே இருந்தனர்.

"அக்கா புருஷன் அகலக் குடைக்காரன்
தங்கச்சி புருஷன் தங்கக் குடைக்காரன்
எம் புருஷன் மட்டும் இளிச்சவாயன்...
அது என்ன?"

கூட்டம் விடுகதையில் கவனம் செலுத்தவில்லை. தொடர்ந்து சித்தப்பாவையே கவனித்துக் கொண்டிருந்தது. வெயில் தாழ்ந்து வந்தது. சித்தப்பா கைகால்களை அசைத்தார். கூட்டம் சித்தப்பாவை நோக்கி ஓடியது. சித்தப்பா எழுந்து அமர்ந்து கண்களைத் திறந்து பார்த்தார். அன்று இருளில் சவாரி வண்டியில் பெருமாள் போயரை வீட்டுக்குக் கொண்டு போய் விடும்போது நான் கேட்டேன்.

அந்த விடுகதைக்கு என்ன விடை?

வண்டியில் இருந்து இறங்கும்போது சொன்னார்...

"எள்ளுச் செடி...."

இந்திரா காந்தியைச் சுட்டுக்கொன்ற மறு வருஷம், சித்திரை மாசம். எங்கள் தோட்டத்துக்குக் கிணற்றில் ஜலத்தின் எல்லா ஊற்றுக்கண்களும் அடைபட்டுவிட்டன. அப்பாவும் சித்தப்பாவும் கிணற்றை மேலும் சில அடி ஆழப்படுத்த முடிவு செய்தனர். அப்புச்சி கிணறு வெட்டுக்கு பெருமாள் போயரைத்தான் குத்தகைக்குப் பேசி விட்டிருந்தார்.

அக்னி கழுவு ஆரம்பிப்பதற்கு முன் தினம் விடியக்காலை கருக்கலில் கடப்பாரை, கொத்தளம் கருமருந்து ஆகியவற்றுடன் பெருமாள் போயரும், எல்லம்மாவும் கிணற்றுமேடு வந்து சேர்ந்தனர். வந்ததும் கிணற்றுக்குள் இறங்கி அடிப்பாறையில் உருக்கு உளியை எல்லம்மா பிடித்துக்கொள்ள பெருமாள் போயர் சம்மட்டியால் அடித்துத் துளையிட்டார். சம்மட்டி ஓசை சுவரில் எதிரொலித்த படியே இருந்தது. அந்தி சாயும்போது பத்துக்கு மேற்பட்ட குழியில் கருமருந்தை நிரப்பித் திரியை பொருத்தினார்.

அதே நேரம் எல்லம்மா கிணற்று மேடேறி ஆறேழு முறை சத்தமிட்டாள்.

"வேட்டு.... வேட்டு... வேட்டு..."

வெள்ளாமைக் காட்டில் வேலையாக இருப்பவர்கள் தூரப் போய் நின்றுகொண்டதும் எல்லம்மா ஆண்களைப் போல சீழ்க்கை யடித்தார். சீழ்க்கை ஒலி கிணற்றுக்குள் இருக்கும் பெருமாள் போயர் திரியை கொளுத்துவதற்கான சமிக்ஞை. பெருமாள் போயர் முதலில் கொளுத்தும் திரியின் நீளம் அதிகமானதாகவும் கடைசியாகக் கொளுத்தும் திரியின் நீளம் குறைவானதாகவும் இருக்கும்படிப் பொருத்தியிருந்தார். எல்லாத் திரிகளுக்கும் நெருப்பைப் பற்றவைத்து விட்டு திரிகள் ஒவ்வொன்றும் சடசடவெனப் புகைய ஆரம்பித்த பின், கயிற்றைப் பிடித்து மேலே ஏறினார். கிணற்றுமேடு வந்ததும் தொளைவாரியைப் பிடித்துக் கொண்டு மறுபடியும் ஒரு முறை கிணற்றை எட்டிப்பார்த்தார். திரி நெருப்பு கருமருந்தை அடைந்திருக் கிறதா எனப் பார்த்துவிட்டு எட்ட நிற்பவர்களை நோக்கி ஓடிவந்தார்.

என். ஸ்ரீராம் ◆ 119

வேட்டுச் சத்தம் எழுந்ததும் அதன் எண்ணிக்கையை விரல்விட்டு எண்ணிக் கொண்டார்.

வேட்டுச் சத்தத்தை வைத்தே வெடிக்காத குழி எத்தனை என்பதைத் தெரிந்துகொள்ளும் உத்தி இது.

மறுதினம் பொழுது கிளம்பும் முன்னே சித்தப்பா கிணற்று தொலைவாரியில் கவலை பூட்டினார். வடத்தில் இருந்து நீர் இறைக்கும் சால் பறிக்கும் பதிலாகக் குடைசீத்தை சிமிரால் பின்னப் பட்ட கல் சுமக்கும் கொறக்கூடையை மாட்டி கிணற்றுக்குள் விட்டார். ஏற்கனவே கவலை ஓட்டிப் பழக்கிய எருதுகள் பின்னோக் கியும் சாதுவாக வந்தன. நான் கிணற்றுக்குள் இறங்க முடியாமல் தவித்தபோது சித்தப்பா என்னைத் தூக்கி இந்தக் கொறக்கூடையில் உட்காரவைத்து கிணற்றுக்குள் இறங்கச் செய்தார். கீழே செல்லும் போது அடிவயிறு கலங்கி, மூச்சு முட்டியது. கூடையில் கல் ஏற்றி விடும் பெருமாள் போயரும் எல்லம்மாவும் எனக்கு நிறைய விடுகதை களையும் ராஜா ராணி கதைகளையும் சொன்னார்கள். நான் பசி மறந்து நாள் எல்லாம் கேட்டுக் கொண்டே இருந்தேன். அப்பா வந்து தொளைக்காலைப் பிடித்துக் கொண்டு சத்தம் போட்டாலும் மேலே ஏற மனசு கேட்காது.

ஒரு முறை வேட்டுக்குப் பெயர்த்த பெரும் பெரும் கற்களை கூடையில் தூக்கிவைக்கும் போது எல்லம்மாவுக்கு கை வழுக்கி கல் நழுவிவிட்டது. நல்லவேளையாக யாருக்கும் எதுவும் காயம் ஏற்படவில்லை. பெருமாள் போயர் கோபத்தில் திட்டினார்.

“மண்ணு ஒட்டச்சியைக் கல் சுமக்கச் சொன்னா இப்படித்தான்”

“கல் ஒட்டன் நீ சரியாப் புடிக்க வேண்டியதுதானே?”

நான் கேட்டேன்... அது என்ன மண்ணு ஒட்டச்சி, கல்லு ஒட்டன்..?

பெருமாள் போயர் சிரித்தார்.

“அது நான் இந்த முண்டையைக் கலியாணம் முடிச்ச கதையைச் சொன்னாத்தான் உங்களுக்கு வெவரமாப் புரியும் அப்பனு..”

அந்த வெக்கை மிகுந்த பகலில் பெருமாள் போயர் கூறக் கூற காட்சிகள் என் கண் முன்னால் நடப்பது போலவே விரிந்தன.

பரிதாபி வருஷத்தின் பஞ்ச காலம் அது. எங்கும் குடியானவர் களே கூலி வேலைக்குப் போகும் சூழ்நிலை. கிணற்று வெட்டுக்காக அப்புச்சி சவாரி வண்டியில் பெருமாள் போயரை தாராபுரம் கடந்து, கிழக்கே தன் சகலை ஊரான கோனேரிப் பட்டிக்குக் கூட்டிப் போனார். மச்சு வீட்டின் வெளித்திண்ணையில் உட்கார்ந்து பனை விசிறியால் விசிறிக் கொண்டிருந்த அந்த ஊர் கொத்துக்காரப்

பண்ணாடி, பெருமாள் போயரைக் கண்டதும் நம்பிக்கை இல்லாமல் கேட்டார்....

"பையன் ரெம்ப எளசா இருக்கானே?"

"அப்படிச் சொல்லாதீங்க. கிணற்று வெட்டுல கில்லாடி"

"என்னமோ உங்களை நம்பித்தான் இந்தப் பெரிய பொறுப்பைக் கொடுக்கிறேன் இவனுக்கு."

உடனே கொத்துக்காரப் பண்ணாடி, பெருமாள் போயரை அரப்பு மரங்கள் சூழ்ந்த வழித்தடத்தில் ஊரின் வடக்காகக் கூட்டிப் போய் பழமையான கிணற்றைக் காட்டினார். பெருமாள் போயர் கிணற்றை எட்டிப் பார்த்ததும் பிரமித்துப் போய்விட்டார். எழுபத்தைந்து அகலப்படிகள் கொண்ட ஆழமான சதுரக் கிணறு. பட்டு வரிக்கற்கள் அடுக்கிக் கட்டிய நாலு திசை பாம்பேறி.

"போயனே, என்னப்பா மலைச்சுப் போயிட்டே. இது சாதாரண சேந்து கெணறு இல்லை. அறநூறு வருஷத்துக்கு முந்தி கிருஷ்ண தேவராயர் காலத்துல மாதவ நாயக்கர்னு ஒருத்தர்.. ஊர்சனங்கள் குடிநீர் பஞ்சம் தீர்க்க வெட்டிக் கொடுத்த கெணறு. இத்தனை வருஷத்துல இந்தக் கிணத்துல தண்ணி வற்றி ஆரும் பார்த்தது இல்ல. இந்த வருஷம்தான் சுத்தமா தண்ணி வத்திப் போச்சு..."

"கல்லுளிச் சித்தன் போன வழி காடுமேடெல்லாம் தவிடு பொடி. சாமீ! நீங்க அச்சாரத்தைப் பேசுங்க. எண்ணிக்கிட்டு பதினஞ்சே நாள்ல ஜலத்தைக் காட்டுறேன்."

கொத்துக்காரப் பண்ணாடி சுற்றுவெளி ஊர்களில் இருந்து கல்லு ஒட்டர்களையும் மண்ணு ஒட்டர்களையும் பெருமாள் போயரின் கீழே வேலை செய்ய ஏற்பாடு செய்தார். வந்திருந்த ஆட்களைப் பார்த்து பெருமாள் போயர் கேட்டார்.

"என்னோட வேட்டுக்குத் திரியைக் கொளுத்திட்டு படியில் மேலே ஏறி ஓடி வர மூணு பேரு வேணும். உங்கள்ல திறமை யானவங்களா வாங்க."

கல்லு ஒட்டர்கள் கூட்டத்தில் இருந்து இரு இளைஞர்கள் முன்னே வந்தனர்....

"இன்னொருத்தர் ஆரு?"

கூட்டம் அமைதி காத்தது. அப்போது மண்ணு ஒட்டர்கள் கூட்டத்தில் இருந்து பதினாறு வயது பருவப் பெண் எல்லம்மா முன்னே வந்தாள். பீர்க்கம் பூவின் நிறம். கூந்தலை உச்சந்தலையில் கொண்டையிட்டு, நெகமம் சுங்கிடிச் சேலையைப் பின் கொசுவம் வைத்துக் கட்டியிருந்த பாங்கு, பெருமாள் போயரை அசத்தி விட்டது. அப்போதே கல்யாணம் செய்தால் எல்லம்மாவைத்தான் என முடிவு செய்தார்.

கிணற்றுவெட்டு தினமும் இரண்டு அடி ஆழம் போயிற்று. வெங்கிக்கல் பாறை, வேட்டு எந்திரிப்பது கடினமாக இருந்தது. பெருமாள் போயர் எல்லம்மாவின் வீடு இருந்த எலுகாம்வலசுக்குப் போனார். கம்பந்தட்டு இற்று உதிரும் கூரை வீடு. எல்லம்மா, வாசல் கல் அடுப்பில் கோழிக்கறி வறுத்துக்கொண்டிருந்தாள். அவளின் அப்பக்காரன் முக்காலியில் உட்கார்ந்து சாராய பாட்டில் வைத்துக் குடித்துக் கொண்டிருந்தார். பெருமாள் போயர் தயங்கியபடி கேட்டார்.

“எல்லம்மாவ.. நான் கலியாணம் முடிச்சுக்கலாம்னு இருக்கி றேன்....”

“நீ கல்லு ஒட்டன், நான் மண்ணு ஒட்டன். மண்ணு ஒட்டனை கல்லு ஒட்டன் மதிக்க மாட்டான். மதிக்காத கூட்டத்துக்கு நான் என் பொண்ணைக் குடுக்கச் சொல்றியா?”

பெருமாள் போயர் சமாதானப்படுத்த முயன்றார்.

எல்லம்மாவின் அப்பக்காரனுக்குப் போதையில் சட்டெனக் கோபம் ஏறியது. செருப்பைக் கழற்றி வீசினார். பின் மர உலக்கை யைத் தூக்கிக்கொண்டு அடிக்க ஓடினார். எல்லம்மா எதுவும் பேசா மல் பார்த்தபடியே இருந்தாள். பெருமாள் போயர் அவமானத்துடன் திரும்பிவிட்டார். அதன் பின்னான நாட்களிலும் எல்லம்மா, பெருமாள் போயரை ஏறெடுத்தும் பார்க்கவில்லை.

அன்று பதினான்கு நாள் கிணற்றுவெட்டு முடிந்திருந்தது. ஜலம் பொத்தப்பாடில்லை. சுவரில் ஈரப்பதமோ, நவட்டையோ இல்லை. கிணற்று மேட்டில் வெட்டிய கற்கள் மட்டுமே குன்று போல் குவிந்துவிட்டன. கொத்துக்காரப் பண்ணாடி பெருமாள் போயரை தனியே அழைத்துப் பேசினார்.

“நாளையோட கிணத்துவெட்டை முடிச்சுக்கப்பா. இனி கூலி குடுக்க எங்கிட்ட தவசம் கிடையாது. தண்ணி ஆகுமுங்கிற நம்பிக் கையும் இல்ல.”

அந்தி மங்கி இருள் பரவியது. கிணற்று வெட்டை கைவிட்டுக் கலைந்த ஆட்களைப் பெருமாள் போயர் கூப்பிட்டுப் பேசினார்.

“நாளைக்கு ஒரு நாள்தான் நமக்கு கிணறுவெட்டு இருக்கு... தண்ணி பொக்காம கிணத்துவெட்டை முடிச்சா நம்ம ஒட்ட சாதிக்கே கேவலம். அதனால இன்னிக்கு ராத்திரியும் நிக்காம கெணறு வெட்டுவோம்.”

ஏழாம் பிறை வெளிச்சத்தில் கிணற்றுவெட்டு தொடர்ந்தது. அப்போதுதான் அந்த விபரீதம் நடந்தது. எல்லம்மாவை நாகம் தீண்டிவிட்டது. கற்பாறைகளுக்கு இடையே மண்டலம் போட்டுப்

படுத்திருந்த நாகத்தைக் கண்டதும் ஆட்கள் முகத்தில் அச்சம் தொற்றியது. எல்லம்மாவை மேலே தூக்கி வந்து கிணற்று மேட்டில் கிடத்தினர். அதற்குள் விழிகள் மேலே செருகி, மயங்கிச் சரிந்தாள். எல்லம்மா பிழைக்க மாட்டாள் என்றே ஆட்கள் முடிவு செய்து விட்டனர். ஆனால் எல்லம்மாவின் அப்பங்காரன் மட்டும் வீம்பாகப் பேசினார்

"நான் ஒரு சாதிக்குப் பொறந்த ஒட்டன். எங்கிட்ட இருக்கு பாம்புப் பாடம். பசங்களைப் போயி கறி வறுக்கச் சொல்லுங்க. இப்ப நான் பாடம் போட்டதும் என் பொண்ணு எழுந்து கறி கடிப்பா."

எல்லம்மாவின் அப்பக்காரன் சுருக்குப்பையில் இருந்து வேப்பம் பழம் போன்ற பழுப்பு நிறக் கல் ஒன்றை எடுத்தார். எல்லம்மாவின் பாம்பு கடிவாயில் அந்தக் கல்லை வைத்தார். கட்டு எதுவும் போடாமலேயே கல் ஒட்டிக் கொண்டது. அதன் பின்பு வேர் ஒன்றை எடுத்து நீரில் நனைத்து எல்லம்மாவின் தலையில் இருந்து பாதம் வரை தேய்த்துவிட்டார். பெருமாள் போயருக்கும் இந்தப் பாடம் தெரிந்தே இருந்தது. வேப்பஞ்சாற்றில் ஊறிய சீந்தில் கொடி உருண்டையும் வேரும்தான் இது. ஆனால் எல்லம்மாவின் அப்பக் காரன் அதை ஒழுங்காகச் செய்யவில்லை. அப்போதும் போதை போட்டிருந்தார்.

நேரம் போயிற்று. எல்லம்மாவுக்கு விஷம் இறங்கவில்லை. உடம்பு சில்லிட்டுப்போனது. அதுவரை வீம்பாக ஜம்பம் பேசிக் கொண்டிருந்த எல்லம்மாவின் அப்பக்காரன் பீதியுடன் எழுந்து அழ ஆரம்பித்தார். பெருமாள் போயர் அப்பக்காரன் முன்பு போய் நின்றார்.

"என்னால உங்க பொண்ணைக் காப்பாத்த முடியும்".

"செத்துப்போனவளைக் காப்பாத்துற வித்தை எந்தப் பாம்புப் பாடத்திலேயும் இல்ல."

பெருமாள் போயர் சிரித்தார்.

"காப்பாத்தினா எனக்கே கலியாணம் முடிச்சுக் குடுப்பீங்களா?"

அப்போது கொத்துக்காரப் பண்ணாடி முந்திக்கொண்டு சொன்னார்.

"அவன் என்ன சொல்றது.. நீ மொதல்ல புள்ளையைக் காப் பாத்து. நானே முன்னால நின்று கல்யாணத்தை முடிச்சு வெக்கிறேன்.

பெருமாள் போயர் கருட வித்தை மூலம் எல்லம்மாவைக் காப்பாற்றினார். நாகத்தை அடிக்க கிணற்றுக்குள் இறங்கிய ஆட்கள் கடப்பாறையால் கற்பாறையை நெம்பினர். ஜலம் ஊற்றெடுத்தது. மறுநாள் அதிகாலையில் கொத்துக்காரப் பண்ணாடி சொன்னது போல் பெருமாள் போயருக்கும் எல்லம்மாவுக்கும் கல்யாணத்தை நடத்திவைத்தார்.

காலத்தின் போக்கு திசை மாறிற்று. மழை வரத்து குறைந்து கொண்டே வந்தது. தோட்டங்கள் செழுமையிழந்து போயின. கிணறுகளின் பங்களிப்பை ஆழ்துளைக் கிணறுகள் ஆக்கிரமித்துக் கொண்டன. நிலத்தடி நீர்மட்டம் ஐந்நூறு அடிக்கும் கீழே போய் விட்டது. கிணற்றுவெட்டும் அரிதாகிப் போனது. பெருமாள் போயரும் எல்லம்மாவும் வெள்ளாடு மேய்த்து ஜீவனம் பண்ணி வந்தனர். அப்புச்சிக்கும் வயோதிகம் அதிகமாகவே அவர் தோட்டம் என் வசமானது.

கார்த்திகை மாதத்தின் கடைசி வாரம். வங்கக் கடல் புயல். தோட்டத்து வீட்டு வெளிவாசல் திண்ணையில் நான் உட்கார்ந்து கனத்துப் பெய்யும் மழையையே பார்த்துக் கொண்டிருந்தேன். எங்கிருந்தோ பெருமாள் போயரும் வந்து சேர்ந்தார். அவருடன் வந்த வெள்ளாடுகள் திண்ணையோரம் ஒண்டின. அப்புச்சியுடனான நினைவுகளைப் பற்றி பேசிக்கொண்டிருந்த பெருமாள் போயர் திடீரென கண்களை மூடி ஏதோ தீவிர யோசனையில் ஆழ்ந்தார். அடுத்த கணம் வாசலுக்கு ஓடி கிழக்குப் பார்த்து அமர்ந்தார். மழையில் நனைகிற பிரக்ஞை இல்லை. முகம் கடுமையாக மாறிற்று. நாவில் மந்திரங்கள் ஒலித்தன. எனக்குப் புரிந்துபோனது. மௌனமாகப் பார்த்தபடியிருந்தேன். திடீரென எழுந்த என்னை அருகில் கூப்பிட்டார்.

"அப்புனு வண்டிய எடுங்க... எங்க ஊர் வரைக்கும் ஒரு சோலி. நேரா கள்ளந்தோட்டத்துக்காரரைப் போயி இப்ப எப்படி இருக்கார்னு பார்த்துட்டு வாங்க."

வாடை குளிர் காற்று ஈர மணத்துடன் வீசிற்று. தடம் வழி எங்கும் செந்நீர்ப் பெருக்கு. இச்சுப்பட்டியில் கள்ளந்தோட்டம் போன போது கடவு படலடியிலேயே கள்ளந்தோட்டக்காரர் நின்றிருந்தார்.

"தம்பி, என்னை பெருமாள் போயர்கிட்ட கூட்டிட்டு போறிங்களா? வரப்புல புல்லறுக்கும்போது பூச்சி தொட்டிருச்சு. மயங்கி விழுந்துட்டேன். செத்துப் போயிட்டேன்னு நெனைச்சேன். ஆனா, இப்ப எப்படியோ தெய்வாதீனமா எந்திரிச்சுட்டேன்."

மறுநாள் நான் இந்த மர்மம் கலந்த விசித்திரத்தைப் பற்றி பெருமாள் போயரிடம் கேட்டேன்.

"கள்ளந்தோட்டத்துக்காரரைப் பாம்பு கடிச்சிருக்குன்னு உங்களுக்கு எப்படித் தெரியும்?"

"கருடவித்தைக் கத்தவனுக்கு தானா அறிகுறி தெரியும்."

"இந்தக் கருட வித்தையைக் கத்தவங்க இந்தப் பக்கத்துல வேற ஆராச்சும் இருக்காங்களா?"

"ஆருமே இல்லை"

“அப்ப நான் கத்துக்கட்டுமா?” பெருமாள் போயர் யோசித்தார்.

“இது வெறும் வேடிக்கை காட்டுகிற வித்தை இல்லை. உயிரைக் காக்குகிற விஷ வைத்தியம். சனங்களுக்கு ஒண்ணுன்னா நேரங்காலம் பாக்காம ஓடணும். உங்களால முடியுமா?”

“முடியும்.”

“அப்ப வர்ற அமாவாசைக்கே கத்துக்கொடுக்கிறேன்.”

அன்றிரவு நான் கருட வித்தைக் கற்றுக் கொள்ளப்போவதை வீட்டில் எல்லோரிடமும் பெருமிதமாகச் சொன்னேன். யாரும் நல்ல பதில் சொல்லவில்லை. முதலில் அப்பாதான் எதிர்த்தார்.

“பாம்புப் பாடம் போடுறவங்க குடும்பம் விருத்தியாகாதுனு சொல்வாங்க. உனக்கு எதுக்கு இந்த வேண்டாத வேலை?”

நடுநிசியின்போது கூன்போட்ட அப்புச்சி வந்து உறக்கத்தில் எழுப்பினார். நடுங்கித் தள்ளாடிக் கொண்டே பொக்கைவாயில் அறிவுரை கூறினார்.

“உன்னால இந்த வித்தையைக் காலத்துக்கும் கொண்டு செலுத்த முடியாதப்பா. பாம்போட வெளையாடுற வெளையாட்டு வேண் டாம்பா..”

ஆனால் நான் கருட வித்தை கற்றுக் கொள்வதில் உறுதியாக இருந்தேன்.

நாகம் சீறும் ஓசை கேட்டு நான் நினைவு கலைந்தேன். எழுந்து சுற்றும் முற்றும் பார்த்தேன். என் கண்களுக்கு முன்னால் நாகம் தென்படவில்லை. கிணற்றாமைகள் மட்டும் பின்னங்கால்களை உதறி நீந்தி, கிணற்று நீரைச் சலனப்படுத்திக் கொண்டிருந்தன.

பெருமாள் போயர் சொன்ன வாக்கு தவறாதவர். எப்படியும் இங்கு வந்து எனக்கு கருட வித்தை கற்றுக்கொடுப்பார் என்கிற நம்பிக்கை இன்னும் எனக்கு இருந்தது. அந்த நேரம் என் முன்னால் ஆளுயர நாகம் எழுந்து நின்றது. அதன் விரிந்த படம் அக்னிபோல ஒளிர்ந்தது. நான் அச்சமடைந்து படிக்கட்டுகளில் மேலேறி ஓடத் தொடங்கினேன். கிணற்று மேடு வந்து நின்று திரும்பிப் பார்த்தேன். நாகம் இப்போதும் முன்புபோலவே என் முன்னால் எழுந்து நின்று ஒளிரும் தன் படத்தை விரித்தது. இது நிஜமா.. பிரமையா என புரிந்துகொள்ள முடியாத குழப்பத்துடன் மறுபடியும் ஓடத் தொடங் கினேன். நாகத்தின் சீற்றம் என் செவிகளில் தொடர்ந்து ஒலித்துக் கொண்டே இருந்தது.

நான் நேராக இச்சுப்பட்டி போய் சேர்ந்தேன். கீழ்வானம் சிவப்பேறியிருந்தது. என் பதற்றமும் தணியாமலே இருந்தது, நிராசை சூழும் மனதுடன் பெருமாள் போயரைத் தேடினேன். கொட்டத்தில்

வெள்ளாட்டுப் புழுக்கை அள்ளிக்கொண்டிருந்த எல்லம்மா சடை வுடன் சொன்னாள்...

"அந்த மனுசன் இப்படித்தான் அமாவாசை அமாவாசைக்கு தேசாந்திரம் போயிரும். எங்கீன்னு தேடுறது?"

மறுதினம் கோழி கூப்பிடவே பெருமாள் போயர் வீட்டுக்குப் போனேன். பெருமாள் போயர் வீடு திரும்பவில்லை என்ற பதிலே கிடைத்தது. மூன்று தினங்கள் போயிருந்தன.

விடியக்காலையில் எல்லம்மா எங்கள் வீட்டு வாசலில் வந்து நின்று கூப்பிட்டாள்.

"அப்புனு அந்த மனுஷனை இன்னும் காணோம். கோனேரிப் பட்டி நூறு படிக் கிணத்துக்குத்தான் போயிருக்கும். ஒரு எட்டுப் போயி பாத்துட்டு வர்றீங்களா?"

"அங்கு வரலையே"

"உங்களுக்கு எப்படித் தெரியும்"

நான் வேறு வழியில்லாமல் நடந்த எல்லாம் கூறினேன். உடனே எல்லம்மா பெருங்குரலெடுத்து அழ ஆரம்பித்துவிட்டாள்.

"அய்யோ.. அப்புனு! நாம மோசம் போயிட்டோம். இந்தக் கருட வித்தைய யாருக்கும் கத்துக் கொடுக்க மாட்டேன்னு சத்தியம் செய்து குடுத்துத்தான் அந்த மனுஷன் குருவகுலவையே வாங்கியிருக்கு.. ராமக்கட்டி போட்ட ஒரு சாமியார்கிட்ட, அப்படி மீறி கத்துக்குடுத்தா உன்னோட உசிர எடுக்க நாகப்பாம்பு ரூபத்துல நான் வருவேன்னு அந்த சாமியார் சொன்னதா என்கிட்ட சொல்லியிருக்காரு...."

எனக்கு எல்லாம் விளங்கிவிட்டது. நானும் சித்தப்பாவும் எல்லம்மாவைக் கூட்டிக்கொண்டு காரில் கோனேரிப்பட்டி நூறு படிக் கிணறு நோக்கிப் போனோம். பெருமாள் போயரின் உடம்பு உப்பிப்போய் நீரில் மிதந்துகொண்டிருந்தது. எல்லம்மா அழாமல் வெறித்த கண்களுடன் ஆற்றாமையில் எங்களிடம் சொன்னாள்.

"கருட வித்தை எல்லாம் கத்துக்கிட்ட மனுஷன் பாழாப்போன நீச்சல் கத்துக்காமவிட்டிருச்சு. கிணறே கதினு கெடந்தவருக்கு கிணத்துலயா சாவு வரணும்..."

கொத்துக்காரப் பண்ணாடி ஆட்களுடன் வந்து பெருமாள் போயரின் உடம்பைத் தூக்கி படிக்கட்டில் கிடத்தினார். நான் மட்டும் கிட்டத்தில் போய்ப் பார்த்தேன். என் கனவில் நாகம் தீண்டிய அதே கெண்டைக்கால் சதையில் பாம்பின் பல் பதிந்த தடம் இருப்பதைக் கண்டு திடுக்கிட்டேன்!

❍

வடுகநாதம்

இருள் அடர்ந்த பனி இரவு. நடுச்சாம வேளை. தோட்டத்து வீட்டின் உள் அறையில் படுத்திருந்த நான் ஏதோ சத்தம் கேட்டு, கண்விழித்தேன். நாய்கள் குரைப்பதும், ஆட்கள் விசில் அடிப்பதும் மாறி மாறிக் கேட்கத் தொடங்கின.

கிழக்குப்புறத்தில் இருந்துதான் சத்தம்.

நான் அவசரமாக எழுந்து ஆசாரத்துக் கயிற்றுக்கட்டிலில் அசந்து தூங்கிக் கொண்டிருந்த அப்பாவை எழுப்பினேன். எழுந்ததும் ஏதோ ஆபத்து என உணர்ந்துகொண்டார். வெளித் திண்ணை விட்டத்தில் செருகியிருந்த குத்தீட்டியை உருவி எடுத்துக்கொண்டு விசில் சத்தம் கேட்கும் கிழப்புறத்துத் தோட்டத்தை நோக்கி ஓடினார்.

அதற்குள், வடக்கே செங்காட்டூரில் இருந்து ஆட்கள் பதில் விசில் கொடுத்துக்கொண்டு ஓடிவருவதை, பேட்டரி லைட் வெளிச்சப் புள்ளிகளை வைத்து கண்டுணர முடிந்தது. நாலா திக்குகளிலும் செம்மறியாட்டுப் பட்டிகளில் கட்டியிருந்த நாய்களும் விழித்துக் கொண்டன. குரைப்பு ஒலி பலமானது. மாட்டுக் கொட்டகையில் உறங்கிக் கொண்டிருந்த மாதேவப்பாவும் எழுந்து வந்தார். நானும் கவைக்குச்சியைத் தூக்கிக்கொண்டு ஓடினேன்.

எங்கும் கடும் இருள், கார்த்திகைக் குளிர். பனி இறங்கியிருந்தது. பாதை மண்ணைத் தோண்டி உட்கார்ந்திருந்த காட்டுப் பக்கிகள் விருட்டெனப் பறந்து போயின. வழியின் இருபுறங்களிலும் மானாவாரி நிலங்களில் சடைமஞ்சிய சோளப் பயிர்கள் புடை தள்ளியிருந்தன. நாங்கள் கிழப் புறத்துத் தோட்டம் போனபோது, பட்டிக்கிடையில் ஆட்கள் சூழ்ந்துநின்று சத்தமாகப் பேசிக்கொண்டிருந்தனர். ஒவ்வோர் ஆளின் கையிலும் குத்தீட்டி, வல்லயம், அரிவாள், கட்டுத்தடி என கனமான ஆயுதங்கள்.

அப்பா என்னிடம் சொன்னார்.... "ஆட்டுத் திருடந்தான். மூனு செம்புலிப் பிரவையைப் புடிச்சுக்கிட்டுப் போயிட்டான். நல்ல வேளையா நாய் குலைக்கங்காட்டி தூக்கம் தெளிஞ்சு கத்தியிருக் காங்க. இல்லீனா, மொத்தப் பட்டியாட்டையும் புடுச்சுக்கிட்டுப் போயிருப்பானுக".

ஆட்கள் கலைந்து செல்லாமல், ஆட்டுத் திருடனை எப்படிப் பிடிப்பது எனக் கலந்து ஆலோசித்துக்கொண்டிருந்தனர். அப்பா எங்களைக் கூட்டிக்கொண்டு நேராக எங்கள் தோட்டத்துப் பட்டியக் கிடைக்கு வந்தார். செம்மறிகள் மிரண்டு எழுந்தன. குட்டிகள் தாய்மடிக் காம்பைப் பற்ற, அவை பாலூட்டின. மாதேவப்பா ஆடுகள் சரியாக இருக்கின்றனவா என எண்ண ஆரம்பித்தார். அப்பா, தொடுவான விளிம்பில் ஒளிர்ந்த விண்மீனைப் பார்த்தபடி இயலாமை யோடு என்னிடம் பேசினார்.

“நமக்குத்தான்டா பட்டி நாயே வாய்க்க மாட்டேங்குது. பத்து வருஷமா நானும் ஒரு நல்ல நாய் வளர்க்கப் படாதபாடு படுறேன். யார்விட்ட சாபமோ தெரியலை”.

சமீபத்தில்தான் பட்டியில் கட்டியிருந்த கருநாய், சோறு குடிக்காம லேயே கிடந்து செத்துப்போனது. அப்பா, சந்தையில் இருந்து நெத்திலிக் கருவாடு எல்லாம்கூட வாங்கி வந்து போட்டுப் பார்த்தார். அது செருமிக்கொண்டே இருந்ததே தவிர, தேறிவரவில்லை. அதற்கு முன்பிருந்தே செவலை நாய் வாகனத்தைத் துரத்தும் பழக்கத்தைக் கொண்டிருந்ததால், லாரியில் அடிபட்டுச் செத்துப் போனது. அப்பா வருஷத்துக்கு இரண்டு நாய்களாவது வளர்த்துப் பார்த்தார். நாய்கள் தங்கவில்லை.

ஒருமுறை அப்பா ஆதங்கத்தோடு என்னிடம் சொன்னார். “ஒரு குடியானவனுக்கு ஆடு.. மாடு விருத்தி மட்டும் இல்லடா நாய் விருத்தியும் இருக்கணும். எனக்கு ஏனோ, அந்தக் கொடுப்பினை இல்ல இந்த ஜென்மத்துல...”

மறுநாள் விடிந்ததும், அப்பா கயிற்றுக் கட்டிலைத் தூக்கிக் கொண்டு பட்டியக் கிடைக்குப் போனார். மாதேவப்பாவோடு சேர்ந்து ‘வண்டிக்குடிசு’ தயார்செய்தார். ராத்திரியில் அந்த வண்டிக் குடிசுக்குள் படுத்துக்கொண்டு பட்டிக்கு காவல் இருக்க மாதேவப் பாவை நியமித்தார். மாதேவப்பாவும் கொஞ்சம் வெளிச்சம் இருக்கும்போதே இரவு உணவை முடித்துக்கொண்டு, பட்டியக் கிடைக்குப் போய்விடுவதை வழக்கமாக வைத்திருந்தார். மழை கொட்டும் நாளிலும் மாதேவப்பா இந்த நியமத்தை மீறவில்லை. பட்டியாடுகளுக்கு மாதேவப்பா காவல் இருக்கும் தெம்பில் அப்பாவும் நிம்மதியாகவே படுத்து உறங்கினார்.

நாட்கள் கடந்தன. எங்கள் பகுதியில் ஆடுகள் திருட்டுப் போவது மட்டும் நிற்கவே இல்லை. ஒவ்வொரு விடிகாலையிலும் யார் பட்டியில் திருட்டு நடந்தது எனத் தகவல் வந்த வண்ணமே இருந்தது. அன்று முன்ஜாமத்தில் வந்து அப்பா என்னை எழுப்பினார். அப்பாவுக்கு உடம்பெங்கும் வியர்த்துக் கிடந்தது. பதற்றமாக இருந்தார்.

"கனவு கண்டேன்டா.. நம்ம பட்டியாட்டை எல்லாம் யாரோ திருடிட்டுப் போறமாதிரி. ஓடனே பொறப்படு. ஒரு எட்டு போயி பட்டியக்கிடையப் பாத்துட்டு வந்துடலாம்."

தென்னந்தோகைகளின் அசைவும் நின்றிருந்த நிசப்தம். நான் அப்பாவோடு நத்தம் பூசணிக்காட்டு வரப்பில் இறங்கி நடந்தேன். முகில்களுக்கு இடையே மறைந்திருந்த வளர்பிறை நிலா, திடீரென வெளிப்பட்டு வெளிச்சம் பரப்பியது. நான் பேட்டரி லைட்டை பட்டிக்குள் அடித்தபோது, செம்மறிகளின் கண்கள் கோலிக்குண்டு போல ஒளிர்ந்தன. வண்டிக் குடிசுக்குள் படுத்திருந்த மாதேவப்பா எங்கள் பேச்சரவம் கேட்டு எழுந்துவரவில்லை.

அப்பா சப்தமிட்டார்...

"மாதேவப்பா.. மாதேவப்பா..."

படுத்திருந்த மாதேவப்பாவிடம் இருந்து ஓர் அசைவும் இல்லை. நான் எழுப்புவதற்காகக் கிட்டத்தில்போய் போர்வையைப் பிடித்து இழுத்தேன். போர்வை மட்டும் கையோடு வந்தது. மாதேவப்பா, ஆள் படுத்திருப்பதுபோல ஜோடனை செய்துவிட்டு எங்கோ சென்றிருந்தார்.

மாதேவப்பா மேல் ஏற்பட்ட கோபத்தை அப்பா வெளிக் காட்டிக் கொள்ளவில்லை. பட்டித்தரம்போரம் தரையில் உட்கார்ந்து கொண்டார். என்னையும் உட்காரச் சொன்னார். தோட்டவெளி எங்கும் அநாதியான மௌனம். புழுதி வெடிப்புகளில் பதுங்கிய சில்வண்டுகளின் ரீங்கரிப்புக்கூட இல்லை. செம்மறிகளின் மூத்திரம் கலந்த புழுக்கை வாசனையை நுகர்ந்தபடி பனிக்குளிரில் நேரம் போனது. மாதேவப்பா வந்தபாடில்லை.

ஆறு வருடங்களுக்கு முன்பு அப்பா கொள்ளேகால் பட்டுப்புழு கொண்டுபோனபோது, மாதேவப்பாவை எங்கோ பார்த்து தோட்டத் துக்கு அழைத்துவந்தார். தேன்கனிக்கோட்டை பக்கமுள்ள நூரொந்து சாமிமலை என்கிற மலைக்கிராமம் தான் மாதேவப்பாவின் பூர்வீகம். குள்ளமான கறுத்த உடம்பு. இடுப்பில் ஓர் அழுக்கடைந்த வெள்ளை வேஷ்டி மட்டும். துண்டுகூடக் கிடையாது. ஐம்பது வயதைக் கடந்திருக்கும்போதும் முப்பது வயதுக்காரன் போல ஒரு தோற்றம். நகரத்தில் இருந்து கல்யாணம் செய்து வந்த மனைவி யாருடனோ ஓடிப் போய்விட, அதில் இருந்து தேசாந்தரக்காரனாக மாறிவிட்டதாக வந்த சில நாட்களில் சொன்னார்.

முதல் சேவல் கூவிவிட்டது. பனைகள் மட்டும் கீகாற்றின் போக்குக்கு ஏற்ப ஆடிக்கொண்டிருந்தன. நத்தம் பூசணிக்காட்டு வரப்புப் பக்கம் இருந்து மாதேவப்பா பாடியபடி வருவது தெரிந்தது.

"உச்சி வகுந்தெடுத்து.. பிச்சிப்பூ வெச்சகிளி...
பச்சைமலைப் பக்கத்துல மேயுதுன்னு சொன்னாங்க..."

பட்டியக்கிடையில் எங்களைக் கண்டதும் மாதேவப்பா திடுக்கிட்டு, தயங்கியபடி நின்றார். அப்பா எழுந்து எதுவும் பேசாமல் வரப்பில் ஏறி வீட்டைப் பார்த்து நடந்தார். மறுநாள் கீழ்வானம் வெளிறி விடிந்தது. திருமுருகன் திரையரங்கில் 'ரோசாப்பூ ரவிக்கைக் காரி' படம் போட்ட ஏழுநாட்களும், நாள் தவறாமல் மாதேவப்பா படம் பார்த்திருப்பதை பெரியப்பாவின் ஆடுகளை மேய்ப்பவர் சொல்லிவிட்டார். அப்போதும் அப்பா கோபப்படவில்லை. வருத்தமாகப் பேசினார்.

"நல்லவேளை.... நம்ம பட்டிக்குத் திருடன் வரலை. வந்திருந்தா, கேக்குறதுக்கு நாதியத்து மொத்த ஆட்டையும் ஓட்டிட்டுப் போயிருப்பான்."

அன்றில் இருந்து அப்பா, நாய்க்குட்டி தேடுவதில் தீவிரமானார். அப்போது மடத்துப் பாளையத்து அப்புச்சியிடம் நாய்க்குட்டி இருப்பதாகச் சேதி கிடைத்தது. அப்பா சைக்கிளில் என்னையும் அழைத்துக் கொண்டு மடத்துப்பாளையம் போனார். அப்புச்சி உப்பாற்றின் மறுகரை வயலில் கொத்தாட்கள் நெற்பயிருக்குக் களையெடுப்பதைப் பார்வையிட்டுக் கொண்டிருந்தார். வாடைக் காற்றில் ஈரமணம். உச்சிப் பொழுதை முகில்கள் மறைத்த பகலாக இருந்தது. உடனே அப்புச்சி எங்களை வீட்டுக்குக் கூட்டிவந்தார்.

மதிற்சுவரில் எருகாமுட்டித் தட்டிக் காயவைக்கப்பட்டிருந்தன. வாசலில் செண்பகப்பூ நிற நாய்க்குட்டி ஒன்று விளையாடிக் கொண்டிருந்தது. கண்டதும் எங்களுக்குப் பிடித்துப் போனது. நாங்கள் வந்த சோலி தெரிந்ததும் அப்புச்சியின் முகம் இறுக்கம் அடைந்தது,

"எனக்கு நாய் குட்டியைக் குடுக்கப் பிரியந்தாம் மாப்பிள்ளை. ஆனா, சம்பந்தி வூட்டுக்கு நாயைச் சீதனமாகக் குடுத்தா, உறவு நாள்பட நெலைக்காதுனு சாங்கீதம் இருக்கே. என்ன பண்ணுறது?"

ஊருக்குத் திரும்பிவரும்போது அப்பா நிராசையுடனையே சைக்கிளை அழுத்துவது தெரிந்தது. அந்த வாரம் எல்லாம் அந்தச் செண்பகப்பூ நிற நாய்க்குட்டி எங்கள் கண்களுக்குள்ளேயே இருந்தது.

ஒரு வழியாக வருஷ மழையும் ஓய்ந்தது. தை பிறந்து, மானாவாரி நிலப் பயிர்கள் அறுவடையாகின. எங்கும் தரிசான பின்பும் ஆட்டுத் திருடனைப் பிடிக்க முடியவில்லை. மிகச் சாதுர்யமாக பட்டியாடுகளைத் திருடிப்போய்க்கொண்டே இருந்தான். வேறு வழி இல்லாமல் அப்பாவே பட்டிக்குக் காவலுக்குப் போகத் தொடங்கினார். அன்று இருண்டவெளி மெள்ள வெளுத்துக் கொண்டிருந்தது. அறுவடை முடிந்துவரும் வருடாந்திரக் குறிக்காரிச்சிகள் வாசலில் நின்றிருந்தனர். அம்மாவை வாசற் படியில் அமர்த்தி காலம் கணித்து நிமித்திகம் கூறும் குறிக்காரிச்சிகள் ஏடுகளைக் கோனூசியால் பிரித்தனர். பைரவ மூர்த்தி பிரசன்னமானார்.

"வடுகன் வரப்போறான்..
வாலாட்டி வாசலில் நிற்கப்போறான்
வம்சத்தையே காக்கப்போறான்..."

அம்மா கண்களில் நீர் வந்துவிட்டது. தானியங்களைப் போட்டதும், குறிக்காரிச்சிகள் போய்விட்டனர். ஆனால், எனக்கும் அப்பாவுக்கும் குறிக்காரிச்சி சொன்னதன் மேல் துளியும் நம்பிக்கை வரவில்லை.

அதற்கு அடுத்த சனிக்கிழமை. மூன்றாம் ஜாமம். குளத்துப் பாளையத்து நூற்பாலைச் சங்கு ஊதி அடங்கியது. எங்கள் மானா வாரி நிலத்தில் விளைந்த தானியங்களை விற்க குண்டடம் சந்தைக்கு அப்பா மொட்டைவண்டி பூட்டினார். நானும் அம்மாவும் மாதேவப்பாவும் தானிய மூட்டை மீது ஏறி அமர்ந்துகொண்டோம். வண்டி கிளம்பியதும் மாதேவப்பா தூங்கிவிட்டார். அம்மா, முந்தானையால் தலைக்கு முக்காடிட்டுக் கொண்டு இருளை வெறித்த படியே மௌனமாக இருந்தாள். பின்பனிக்காலக் குளிரில் தென்பட்ட ஊர்களின் சனங்களும் நடைசாத்தி, உறங்கிப்போய்க் கிடந்தனர். மின்மினிகள் தன் ஒளிச் சிமிட்டலுடன் பறந்து திரிந்தன. அப்பா குண்டடம் சந்தைப் பேட்டை வரும் வரை எட்டு மைல் தூரமும் சரியான நாய் ஒன்று அமையாமல் போனது பற்றி, ஆற்றாமையுடன் என்னிடம் பேசியபடியே வந்தார்.

சந்தைப்பேட்டையில், ஏற்கனவே தானியங்களை ஏற்றி வந்த பாரவண்டிகள் அவிழ்த்து விடப்பட்டிருந்தன. வியாபாரிகள் விடியட்டும் எனக் காத்திருந்தனர். அப்பா வண்டியை அவிழ்த்து விட்டதும் தானிய மூட்டைகளுக்கு மாதேவப்பாவையும் அம்மா வையும் காவல் வைத்தார். என்னைக் கூட்டிக்கொண்டு சந்தையின் மறுகோடிக்கு வந்தார். தேநீர்க்கடை திறந்திருந்தது. பாய்லர் வெளிச் சத்தில் நின்றிருந்த கடைக்காரர், தேநீரை விநியோகிக்காமல் தாமதப் படுத்தினார்.

"வடுகக்குட்டி வந்து வாய் வைக்கணும் அப்புறந்தான் சப்ளையே..."

ஆட்களில் சிலர் எரிச்சலடைந்து நகர்ந்தனர், எனக்கும் அப்பா வுக்கும் எதுவும் புரியவில்லை. அந்தச் சமயத்தில் திடீரென தேநீர்க் கடைக்காரர் கத்தினார்."வா வடுகா... வந்துட்டியா.. வந்து ஒரே ஒரு வாய் என் காணிக்கையை எடுத்துக்க"

முருங்கைப்பூ நிற நாய்க்குட்டி ஒன்றுவந்து கடை முன்பு நிற்பதை அப்போதுதான் நானும் அப்பாவும் பார்த்தோம். கடைக்காரர் அவசரமாகச் சிறிய தலைவாழை இலையில் சூடான வடையையும் கொஞ்சம் தேநீரையும் ஊற்றி, நாய்க்குட்டியின் முன்பு பவ்யமாக வைத்தார். நாய்க் குட்டி உடனே தின்னாமல் சற்று யோசித்தது.

“அப்பனே எடுத்துக்க.. ரோசனை பண்ணாதே. இன்னிக்கத்த பொழப்புதான் எட்டுநாள் சீவனம்...”

கடைக்காரர் செய்தது எங்களுக்கு விசித்திரமாகப்பட்டது. நாய்க்குட்டி சட்டெனக் குனிந்து, நாவால் தேநீரை மட்டும் நக்கியது. பின்னர் நகர்ந்து வேறு கடைப்பக்கம் சென்றது.

கடைக்காரர் உள்ளே பார்த்துச் சத்தமிட்டார். “வடையைக் கொறைச்சலாகவே போடு. வடுகன் தொடலை... இன்னிக்கு இழுக்காது”

சில கடைகளின் பக்கம் அந்த நாய்க்குட்டி நிற்கவில்லை. நிறையக் கடைக்காரர்கள் நாய்க்குட்டிக்கு சிறிது பிரசாதமாக வைத்த பின்னரே வியாபாரத்தைத் தொடங்கினர், எனக்கும் அப்பாவுக்கும் இந்த முருங்கைப்பூ நிற நாய்க்குட்டியை நிரம்பவும் பிடித்துப் போனது.

எங்கள் வண்டிப்பக்கம் வந்தபோது நான் அப்பாவிடம் கேட்டேன்... “ஏம்ப்பா.. இந்த நாய்க்குட்டி நமக்குக் கெடைச்சா. நல்லா இருக்குமில்ல?”

“ஆமான்டா.. நானும் இப்பிடி ஒரு தெய்வீக அம்சம் பொருந்திய நாயைத்தான்டா இத்தனை நாளும் தேடிட்டிருந்தேன்.”

பொழுது கிளம்பி மேலே ஏறிவிட்டது. அப்பா தானிய மூட்டை களை விற்று முடித்திருந்தார். பூண்டு, மிளகு, பட்டை, சோம்பு போன்ற செலவுப்பெட்டி சாமான்கள் வாங்க அம்மா சந்தைக்குள்ளே போய்விட்டாள். மாதேவப்பா பீடியைப் புகைத்தபடி, வண்டியின் முக்காணிக் கட்டை மீது உட்கார்ந்திருந்தார்.

அப்பா கேட்டார்....“இங்க இருக்கிற டென்டு கொட்ட கையிலயும் ரோசாப்பூ ரவிக்கைக்காரி ஓடுது. பார்த்துட்டு வர்றியா?”

மாதேவப்பா, பீடிப் புகையை மூக்கில் விட்டுக்கொண்டே அசட்டுச் சிரிப்பு சிரித்தார். திருவோடும் கம்பும் பிடித்தபடி காவிப் பண்டாரங்கள் பாடியபடி வந்து பிச்சை கேட்டனர். அவர்களுக்குப் பின்னே முருங்கைப்பூ நிற அதே நாய்க்குட்டி நின்றிருந்தது. எங்களை அண்ணாந்து பார்த்து, வாலை லேசாக ஆட்டியது.

அப்பா கிட்டத்தில் போய் அதைத் தடவிக்கொடுத்தார். சாது வாகவே நின்றது. கண்கள் சாந்தமாக இருந்தன. நகம், இரட்டைப் படை எண்ணிக்கை. நிமிர் வால், விறைத்த காதுகள் அப்பா நாய்க் குட்டியைத் தூக்கியபடி எழுந்தார்.

“சர்வலட்சணங்களும் பொருந்திய நாய்க்குட்டி இதுடா...”

உடனே மாதேவப்பா கேட்டான்... “அப்டின்னா.. இந்த நாய்க் குட்டியைக் கட்டி வண்டியில நம்ம தோட்டத்துக்குத் தூக்கிட்டுப் போயிருவோமா?”

அடுத்த கணம் நாய்க்குட்டி அப்பாவின் பிடியில் இருந்து நழுவி, கீழே குதித்தது. கூட்டத்தின் இடையே புகுந்து சந்தைப் பேட்டையின் நுழைவாயிலை நோக்கி ஓடியது. அப்பா மாதேவப்பாவை முறைத்து விட்டு, நாய்க்குட்டி சென்ற திசையைக் குறிவைத்து ஓடினார். நானும் பின்னே ஓடினேன்.

அதற்குள் நாய்க்குட்டி நுழைவுவாயிலைக் கடந்து, தார்ச் சாலையில் கிழக்குப் பார்த்து ஓடியது. வாகனங்களைக் கண்டு பயமின்றி ஓரமாகவே சென்றது. ஊரின் கிழக்கோடிக்கு வந்து தெற்கே திரும்பியது. நாங்களும் விடாமல் பின்தொடர்ந்தோம். நாய்க்குட்டி வடுகநாத ஸ்வாமி கோயிலின் முன்பு போய் நின்று, மூச்சு வாங்கியது. பின், நடை தாண்டி உள்ளே போனது. கொடிமரத்தில் இருந்து வலமாக ஓடி பிரகாரம் சுற்றிவந்தது. வடுகநாதர் சன்னதி படிக்கட்டில் ஏறி, முன்னங்காலை நீட்டிப் படுத்துக்கொண்டது. நாங்கள் ஒன்றும் புரியாமல் படுத்துக் கிடக்கும் நாய்க்குட்டியையே பார்த்தபடி இருந்தோம்.

பித்தளைக் குடத்தில் தண்ணீர் சுமந்துவந்த குருக்கள் நின்று பேச ஆரம்பித்தார்.

“ஏழெட்டு மாசத்துக்கு முன்னால ஒரு சாயங்காலம், கார்மழை, இடியும் மின்னலுமாகக் கொட்டுது. காத்தும் அசுரத்தனமா வீசுது. நேரம் ஆயிட்டதேனு நான் நடை திறக்க வந்தேன். கோபுரத்தின் அடியில ஆறேழு குறி சொல்ற கோடாங்கி பொண்ணுக மழைக்கு ஒண்டியிருந்தாங்க. நான் நடை திறந்ததும், அவுங்ககிட்ட இருந்து இந்த நாய்க்குட்டி ஓடிவந்து வடுகநாதர் சன்னதி முன்னால நின்னுக்குச்சு. மழைவிட்டதும் கோடாங்கி பொண்ணுக போயிட்டாங்க. இந்த நாய்க்குட்டி போகலை. புராண காலத்துல அசுரர்கள் செய்த கொடுமைகளைப் பொறுக்காத பிரசுதாரணன் என்ற முனிவன், தேவர்களுக்காக காசியில் உத்திரவேள்வி செய்தபோது பைரவர் பாலகனாகத் தோன்றினாராம். வடுகநாதன்னு பேரோடு. வடுகன்னா, பாலகன்னு அர்த்தம். நானும் இந்த நாய்க் குட்டியை இந்தக் கலிகாலத்துல தோன்றிய வடுகன்னு நெனைச்சு கோயில்லயே விட்டுட்டேன்.”

சந்தைப்பேட்டை வரும்வரை அப்பா மௌனமாகவே வந்தார். எங்களுக்காகக் காத்திருந்த அம்மாவிடம் நான் நடந்ததை எல்லாம் சொன்னேன். அம்மாவின் முகம் மலர்ந்தது.

“அடேய்... அன்னிக்கு குறிக்காரிச்சி சொன்ன நாய்க்குட்டி இதுதான்டா...”

வண்டி வடுகநாத சாமி கோயில் பக்கம் வந்ததும் நிறுத்தச் சொல்லி இறங்கினாள். கோயிலின் நடைப்பக்கம் போய் நின்று, குரல் கொடுத்தாள்..

“வடுகா... வடுகா...”

நாங்கள் யாரும் எதிர்பார்க்காத அந்தக் கணத்தில், முருங்கைப் பூ நிற நாய்க்குட்டி ஓடிவந்து அம்மாவின் காலடியில் நின்றது.

எங்கள் தோட்டத்துக்கு வந்த பின்னர், நாய்க் குட்டியை நாங்கள் வடுகன் என்றே பெயர் சொல்லி அழைத்தோம். பகல்களில் எல்லாம் வாசற்படியிலேயே படுத்துக்கிடக்கும். இருள் சூழ்ந்ததும், தானாகப் பட்டிக்குச் சென்று ஆடுகளுடனேயே படுத்துக் கொள்ளும். ஆடுகள் வடுகனைக் கண்டு மிரளவில்லை. குட்டிகள் இதோடு விளையாடின.

ஒரு வருடம் போயிருந்தது. அன்று பகல் உக்கிரத்தின் வெம்மை அகலாத இரவு. அகால ஜாமத்தில் வாசலில் நின்று யாரோ கூப்பிடுவது கேட்டது. அந்தக் குரல் அதுவரை நாங்கள் கேட்டிராத குரலாக இருந்தது. நானும் அப்பாவும் குத்தீட்டியுடன் கதவைத் திறந்தோம். அதற்குள் கட்டுத்தரை பக்கம் இருந்து மாதேவப்பா அரிவாளுடன் வந்து நின்றார். மின்சார ஒளியில், வந்திருந்தவன் நடுங்கியபடி கை கூப்பினான். அவனின் வலது கெண்டைக் காலில் சதை பிய்ந்து, ரத்தம் நிற்காமல் வடிந்து கொண்டிருந்தது.

“என்னை மன்னிச்சுருங்க. நான் உங்க பட்டியில ஆடு திருட வந்தனுங்க. பட்டிக்குள்ள ஆடோட ஆடா உங்க நாய் படுத்திருந்ததைக் கவனிக்கலீங்க. எம்மேல பாஞ்சு கடிச்சுருச்சுங்க. பல்லு பலமா பட்டிருச்சுங்க. கடிச்ச நாய் வீட்டுல ஒரு வாய் தண்ணி வாங்கிக் குடிச்சா பல்லு விஷம் ஏறாதுங்கிறது பெரியவங்க வாக்கு. அதுதான் வந்துட்டேனுங்க. என்னை நீங்க போலீஸுலேயே புடிச்சுக் குடுத் தாலும் சரி. ஆனா, ஒரு வாய் தண்ணி ஊத்தலைனு மட்டும் சொல்லி ராதிங்க....”

அவனுக்குச் சொற்கள் திக்கின. கண்களில் நீர் பெருகியது. அம்மா வீட்டுக்குள் போய் சொம்பில் தண்ணீர் கொண்டுவந்தாள். அவன் இரு கைகளையும் ஒட்டி, தண்ணீரைக் குடித்து முடித்தான். அதுவரை அமைதியாக இருந்த மாதேவப்பா, சட்டென அவனை நெருங்கிப் பிடித்துக் கொண்டார். அரிவாளைக் காட்டி மிரட்டிய படி, தென்னை மரத்தில் கட்ட இழுத்துப் போனார். அதுவரை எதுவும் பேசாமல் நின்றிருந்த அப்பா, குத்தீட்டியை வெளித் திண்ணை மீது வீசியெறிந்துவிட்டுச் சொன்னார்.

“அவனை விட்ரு மாதேவப்பா..”

வேறு வழியில்லாமல் மாதேவப்பா அவனை விட்டுவிட்டார். அவன் ஓடிவந்து அப்பாவின் காலடியில் நெடுஞ்சாண்கிடையாக விழுந்தான். பின் எழுந்து கைகூப்பியபடி போய்விட்டான்.

எனக்கு இவை எல்லாம் ஏதோ கனவில் நடப்பதுபோல இருந்தது. இந்த விஷயம் ஊருக்குள் தெரிந்தபோது ஊர்க்காரர்கள் அப்பா மீது கோபப்பட்டனர். ஆனால், அதன் பின்னர் எங்குமே ஆட்டுத் திருட்டு நடக்கவில்லை.

இரு வருடங்களுக்குப் பின் துந்துபி வருஷத்தின் புரட்டாசி மாத மழை நாள். இடியுடன் கூடிய கனமழை பெய்து, வானம் வெளி வாங்கியிருந்த உச்சிப் பகல். நல்லிமடம் பள்ளிக்கூடத்தில் ஆறாம் வகுப்புப் படித்துக்கொண்டிருந்த நான், மதிய உணவுக்குப் பின் பசங்களோடு ஈர மைதானத்தில் தொட்டு விளையாட்டு விளையாடிக் கொண்டிருந்தேன்.

அப்போது மேற்கே இருந்து சத்தம், கோவில் பாளையத்துக் காரர்கள் ஒரு நாயைத் துரத்திக்கொண்டு வந்தனர். நாய், நாக்கை தொங்கப் போட்டுக்கொண்டு ஜலவாய் ஒழுகியபடி விரைசலாக வந்துகொண்டிருந்தது. அது மடத்துப்பாளையம் அப்புச்சியின் செண்பகப்பூ நிற நாய் என்பதை நான் பார்த்ததும் கண்டு கொண்டேன். துரத்தி வந்தவர்கள் சத்தமிட்டனர்.

“மசை நாய் ஓடிருங்க ஓடிருங்க...”

நாங்கள் வகுப்பறைத் திண்ணை மீது ஏறி நின்றுகொண்டோம். நாய் துரத்துபவர்களுக்கு பிடிபடாமலேயே போய்க்கொண்டிருந்தது. ஒரு வாரகாலம் ஓடியும் அந்த மசை நாய் யாரிடமும் சிக்காமலேயே சுற்றிக்கொண்டிருந்தது. ஆட்டுக்குட்டிகளை, மாட்டுக்கன்றுகளை பிற நாய்களைக் கடித்துச் சேதப்படுத்தியிருந்ததாகத் தகவல் வந்து கொண்டே இருந்தது. வேலைக் காட்டில் சில பெண்களைக் கூட கடித்துவிட்டதாகச் சொன்னார்கள். குழந்தைகளை எல்லாம் பெரியவர்களே பள்ளிக்குக் கூட்டிவந்து விட்டபடி இருந்தனர். எனக்கும் அப்பா துணைக்கு வந்தார்.

அன்று திங்கட்கிழமை! அப்பா காங்கேயம் சந்தைக்கு தேங்காய் கொண்டுபோய்விட்டார். நான் வெளித்திண்ணையில் உட்கார்ந்து, உட்கார்ந்து பார்த்தேன். என்னைக் கூட்டிட்டுப் போகும் மாதேவப்பா எங்கோ சென்றுவிட்டார். நானே துணிந்து பைக் கட்டைத் தூக்கிக் கொண்டு கிளம்பினேன். எறவான கூரை மீது அண்டங் காக்கைகள் கத்துவதைக் கண்டு அம்மா எச்சரித்தாள்.

“டேய்! ரோட்டு வழியாகப் போயிராதே.. மசை நாய் வந்திரும். குறுக்கு வழியா இட்டேரியில போ”

இட்டேரியின் இருபுறங்களிலும் முடக்கற்றான் கொடி படர்ந்த கிளுவை வேலி, அநாதரவாகக் கிடந்தது. தூரத்தில் மணிப்புறாக்கள் மட்டும் கூவின. கள்ளிப்பூ பறித்து, தேன் உறிஞ்சியபடி நான் நடந்து கொண்டிருந்தேன். ஒரு திருப்பத்தில் செண்பகப்பூ நிற நாய் நாக்குத் தொங்கலோடு எதிரில் வந்து கொண்டிருந்தது. பார்த்ததும் எனக்குப் பகீரென்றது. திகிலில் மனம் உறைந்துபோனது. சுற்றும் முற்றும் பார்த்தேன். காலை வெயிலைத் தவிர யாரும் இல்லாத இட்டேரி வெறிச்சிட்டுக்கிடந்தது.

என். ஶ்ரீராம் ◆ 135

வாலை பின்னங்கால்களுக்கு இடையே செருகிய நாய் என்னைப் பார்த்து வேகம் எடுத்துப் பாய்ந்து வந்தது. நான் திரும்பிக் கத்தியபடி தோட்டத்தைப் பார்த்து ஓட ஆரம்பித்தேன்.

“அய்யோ.. அம்மா.. அப்பா... காப்பாத்துங்க..காப்பாத்துங்க..”

மசை நாய் என்னை நெருங்குவதற்கு இன்னும் சில அடி தூரங்களே பாக்கியிருந்தன. மசை நாய் கடித்து சாகப்போகிறேன் என அந்தக் கணம் நினைத்தேன். மேலும் விசைகொண்டு ஓட்டத்தின் வேகத்தை அதிகப்படுத்தினேன். நாய் என் நெருக்கத்தில் வருவது அதன் காலடி ஓசையில் இருந்து தெரிந்தது. அப்போது என்னையும் அறியாமல் என் வாய் முணுமுணுத்தது.

“வடுகா காப்பாத்து, வடுகா.. காப்பாத்து”

ஓடியபடியே நிமிர்ந்து பார்த்தேன் என் எதிரில் வடுகன் ஓடி வந்து கொண்டிருப்பது தெரிந்தது. மசை நாய் என்னை விட்டு விட்டது. வடுகன் மீது பாய்ந்தது. இரண்டும் சத்தமாகக் குரைத்தபடி, மூர்க்கமாகச் சண்டையிட்டன.

நான் நிற்காமல் தோட்டத்துக்கு ஓடி வந்துவிட்டேன். அம்மா ஆசுவாசப்படுத்தினாள். சிறிது நேரத்துக்குப் பிறகு வடுகன் வாசலில் வந்து நின்று வாலாட்டியது. வாயெல்லாம் ரத்தக்கறை. அன்று இள மதியத்தில் இட்டேரியில் செண்பகப்பூ நிற மசை நாய் குரல்வளை கடிபட்டுச் செத்துக் கிடப்பதாக மாதேவப்பா வந்து சொன்னார்.

அன்றில் இருந்தே வடுகன் எதுவும் சாப்பிடவில்லை. தென்னந் தோப்பின் கிழக்கு ஓரமாகப் போய் அமைதியாக நின்று கொண்டது. மறுநாள் நாக்கு நீண்டு ஜலவாய் ஒழுக ஆரம்பித்தது. மாதேவப்பா இரும்புச் சங்கிலியை எடுத்துப் போய், வடுகனை தென்னை மரத்தோடு சேர்த்துக் கட்டியபடி சொன்னார்.

“வடுகனுக்கு மசை புடிச்சிருக்கு”

வடுகன் அசையவே இல்லை. திறந்த கண்களில் இருந்து நீர்த் துளிகள் உதிர்ந்துகொண்டே இருந்தன. மசை நாய்க்கே உண்டான எவ்வித குணமும் இல்லை. சாந்த சொரூபியாகவே நின்றான். பதி மூன்று தினங்கள் கழித்து அதிகாலையில் போய்ப் பார்த்தபோது வடுகன் தரையில் விழுந்து கிடந்தான். காதோரம் எறும்புகள் ஊர்ந்து கொண்டிருந்தன.

அப்பா, வடுகனை நாரத்தை மரத்தின் வேர்க்காலில் புதைத்தார். முப்பது வருடங்கள் கடந்துபோன பின்னரும் மரம் பருவம் தவறாமல் பூப்பூத்து, காய்க்கிறது. எத்தனையோ பஞ்ச காலத்திலும் மரம் பட்டுப் போகவில்லை. தற்போது நகரோடியான நானும், இந்த வாழ்க்கை, வடுகன் போட்ட பிச்சை என அவ்வப்போது நினைத்தபடியே இருக்கிறேன்.!